D9900215

आषाढ

रणजित देसाई

मेहता पब्लिशिंग हाऊस

- *या पुस्तकातील लेखकाची मते, घटना, वर्णने ही त्या लेखकाची असून त्याच्याशी प्रकाशक सहमत असतीलच असे नाही.*

ASHAD by RANJEET DESAI

आषाढ : रणजित देसाई / कथासंग्रह

© सौ. मधुमती शिंदे / सौ. पारु नाईक

मराठी पुस्तक प्रकाशनाचे हक्क मेहता पब्लिशिंग हाऊस, पुणे.

प्रकाशक : सुनील अनिल मेहता, मेहता पब्लिशिंग हाऊस,
१९४१ सदाशिव पेठ, माडीवाले कॉलनी, पुणे – ४११०३०.

प्रकाशनकाल : जानेवारी, १९८९ / ऑगस्ट, २००५ / मे, २००९ /
पुनर्मुद्रण : नोव्हेंबर, २०१३

ISBN 81-7766-569-3

निवेदन

आज मेहता पब्लिशिंग हाऊसतर्फे माझे काही कथासंग्रह प्रकाशित होत आहेत. तसे पाहिले तर या कथा नवीन नाहीत. या पूर्वी 'जाण' व 'कणव' हे माझे दोन कथासंग्रह प्रकाशित झाले होते. बरीच वर्षे हे दोन्ही कथासंग्रह उपलब्ध नाहीत. त्यातील कथा एकसंध नव्हत्या. कथासंग्रह जरी मोठे होते तरी त्यांचे रूप मिश्र होते. आज सामाजिक कथा, ग्रामीण कथा, संगीतप्रधान कथा, निसर्ग कथा अशा वेगवेगळ्या कथा निवडून वेगवेगळ्या कथासंग्रहात समाविष्ट केल्या आहेत.

ह्या कथांची निवड करण्यामध्ये माझे मित्र कमलाकर दीक्षित आणि डॉ. आनंद यादव यांचा मोठा सहभाग आहे.

हे कथासंग्रह वाचकांना आवडतील अशी अपेक्षा आहे.

जानेवारी १९८९   रणजित देसाई

अनुक्रम

सोयरिक

•❋•

दिवस मावळायला आला होता. चराईला गेलेली जनावरे गावात शिरत होती. शेताकडे गेलेली माणसे आपल्या घराकडे वळत होती. म्हारवाड्यात धर्मा आपल्या घराच्या उंबरठ्यावर बसून आपल्या उघड्या मांडीवर काढणी वळत होता. चाळिशीच्या घरात त्याचे वय होते. पाटलाने त्याला सारा दिवसभर वसुलीसाठी ताणला होता. दोन गावं फिरून आणि शेवटी पाटलाच्या शिव्या खाऊन त्याचे डोके भडकले होते. तराळकीची नोकरी सोडून द्यावी असे त्याला मनापासून वाटत होते. त्याच वेळी त्याला त्याची मुलगी यल्ली पाण्याची घागर घेऊन येताना दिसली. घरात जायला तिला वाट देत त्याने विचारले,

'येवढा वेळ लागतोय पानी आनायला?'

'बसूस नाय मी तिथं!' फणकाऱ्याने यल्लीने उत्तर दिले.

'तोंड सोडू नगस. सांगून ठेवतो. उगीच न्हाई तुझ्या दाल्ल्यानं तुला सोडली, सारं ठावं हाय मला.'

'ठावं हाय तर बस!' म्हणत यल्ली रागाने आत गेली. तिला शिव्या पुटपुटत धर्मा परत काढणी वळू लागला. बराच वेळ तो तसाच काढणी वळत बसला होता. त्याच्या कानांवर हाक आली,

'धर्मादा—'

'कोण?' म्हणत धर्माने मान वर केली. दारातच रेमज्या उभा होता. रेमज्याला पाहताच धर्माच्या कपाळावर आठी पडली.

चार दिवसांची दाढी वाढलेली. डोक्याला अपुरे फडके गुंडाळलेले. अंगात दहा ठिकाणी भसके पडलेला शर्ट. गुडघ्यापर्यंत धोतर नेसलेला रेमज्या धर्माकडे पाहात होता. शर्टाला बटने नसल्याने त्याच्या गळ्याची हाडे उठून दिसत होती. आपले खोलगट डोळे बारीक करून जीभ ओठावरून फिरवत तो म्हणाला,

'धर्मादा, काडणी वळतोस?'

'दिसत न्हाई? काडणी गेली मसणात! रेमज्या, दोन दिवसांत देतो म्हणून सांगून दोन रुपये घेऊन गेलास. आज महिना झाला. गप्पच. हे बघू पैसं.'

'असं काय करतोस धर्मादा? तुला ठावं हाय. दातावर मारायलासुदीक पैसा न्हाई. तू रुपये दिलेस म्हनून निभावलं आजवर. त्याचं आनून एक येळ भाकरी खाऊन दिवस काढलं आजपतूर.'

'ते मला सांगू नगस. पैसं कवा देणार ते सांग.'

'तुझं पैसं बुडवनार न्हाई मी. पन काय करू? पाटील झाडं तोडून लाकडं फोडून घेनार व्हता. त्याच्या भरवशावर मी व्हतो. पन त्यानं मत्त्यानं झाडं तोडून जाग्यावरच लाकडं फोडून घेतली. काम तर कुटंबी न्हाई. आता घातीला शिवारांत मायंदळ कामं निघतील. कायबी करून तुझं पैसं फेडीन मी.'

'मग आता कशाला आलास?'

रेमज्या तिथंच बसला आणि म्हणाला, 'धर्मादा—'

'काय रं! बोल की.'

'खडीवर गेल्लो व्हतो.'

'कानी सांगू नगस.'

'कानी न्हाई धर्मादा. खडीवरनं येत व्हतो. तवा घुसपात काय चकाकलं म्हनून बघाया गेलो आनि–'

'आनि काय?'

रेमज्याने इकडेतिकडे बघितले आणि धर्माच्या कानाशी पुटपुटला.

'बाटल्या?' धर्मा किंचाळला.

'शू! ऐकंल की कोन तरी. हाळू बोल.'

'काय तरीच सांगतोस!'

'शप्पत धर्मादा. सुटली म्हन. दोन बाटल्या हाईत. एकीचं बूच काढून बघितलं म्यां. पांढरी फेक दारू हाय बघ.'

'मग आनल्यास बाटल्या?'

'खूळ का काय? गावातल्या कुणाच्या तरी असतील. पत्त्या लागला तर हाडं मोडतील.'

'अरं जा, म्हाईत हाईत हाडं मोडणारे. कुठं बाटल्या हाईत ते सांग तू मला. मी बगतो काय करायचं ते.'

रेमज्यानं जागा सांगितली. रेमज्याला सांगून धर्मा आत गेला. थोड्याच वेळात तो बाहेर आला. रेमज्याच्या हातात चार आणे ठेवत तो म्हणाला,

'रेमज्या, आता असं कर. हाटेलात जाऊन ह्याची भजी घे. आनि कुनाच्या नजरंला न पडता गावच्या बाहेर बसवण्णाच्या देवळाजवळ ये. तंवर मी बाटल्या

घेऊन येतो. भजी मातूर ताजी घेऊन ये हां.'

'आलोच बघ.' म्हणत रेमज्या हॉटेलाकडे गेला.

अंधार पडायच्या सुमारास रेमज्या भज्यांचा पुडा घेऊन देवळानजीक आला, आणि देवळाच्या कट्ट्यावर बसून धर्माची वाट पाहू लागला. काळोख पडला तरी धर्माचा पत्ता दिसेना. रेमज्या क्षणाक्षणाला अधीर होत होता. तेवढ्यात वहाणा करकरल्या. रेमज्याने विचारले,

'धर्मादा?'

'व्हय.' धर्मा जवळ आला. धर्मा रिकामाच होता. तो म्हणाला, 'काय रं, खोटं बोलतोस?'

'म्हंजे?'

'साऱ्या जाळ्या झुडपं पालथी घातली. चल दाखव कुठं बाटल्या हाईत त्या. माझी थट्टा करतोस!'

'आईच्यान्! धर्मादा, चल बघू या.'

भज्याचा पुडा देवामागे ठेवून ते दोघे खडीवर सुटले. वाटेने रेमज्याला धर्माला खात्री देत होता. धर्मा रेमज्याला शिव्या पुटपुटत होता. खडीवर येताच रेमज्या थांबला. त्याने जागा आठवली आणि तो चालू लागला. मागोमाग धर्मा जात होता. एका जाळीजवळ येऊन रेमज्या थांबला. त्याने आजूबाजूला पाहिले, कानोसा घेतला आणि जाळीत हात खुपसून तो अंधारात जाळी चाचपू लागला. बाटल्या धडकण्याचा आवाज झाला आणि दुसऱ्याच क्षणी रेमज्या दोन्ही बाटल्या घेऊन उभा राहिला व म्हणाला,

'हे बघ.'

'बरं बरं. राहूं दे. चंद्रम उगवला. आन त्या बाटल्या इकडं. ह्या खोळीत लपवतो.'

धर्माने खोळीत बाटल्या ठेवल्या व तो चालू लागला. दोघेही झपाझप पावले टाकत देवळापर्यंत कसेबसे आले. दोघांनाही धाप लागली होती. बाटल्यांची खोळ कट्ट्यावर सावकाश ठेवत धर्मा म्हणाला,

'सुटलो बघ.'

'व्हय धर्मादा! तुजी दांडगी छाती. व्हय—न्हाई तर खऱ्या मालकाची आणि आमची जाळीतच गाठ पडायची. काय भरवसा?'

'रात झाली. आता उशीर नको. काढ बघू बाटली.'

'आनि कोन आलं तर?'

'कोन येतंय मरायला अशा वक्ताला! काढ बाटली.'

रेमज्याने खिशातून दोन वाट्या काढल्या. खोळीतली बाटली काढली. बाटलीचे

बूच काढीपर्यंत धर्माचा जीव अधीर झाला होता. कैक दिवसांत त्याला मनाजोगी प्यायला मिळाली नव्हती. भज्यांचा पुडा मध्ये ठेवून रेमज्याने दोन्ही वाट्या भरल्या आणि दोघांनी प्यायला सुरुवात केली. अधाशीपणाने घेतलेल्या घोटाबरोबर धर्माला ठसका लागला. रेमज्या म्हणाला,

'धर्मादा, बेतानं. लई स्ट्रांग हाय.'

गावकीच्या गप्पा मारत, चिलमीचा धूर सोडत दोघे दारू पीत होते. चंद्र आकाशात चढत होता. बाटली संपत आली तेव्हा रेमज्या म्हणाला,

'धर्मादा, फुरं आता.'

'हात लेका! काकानं भर हातात' आणि छातीवर हात मारत म्हणाला, 'ह्यो गब्रू असल्या छपन्न बाटल्या प्याला तरी झोक जायचा न्हाई. काय समजलं? तू घे. मी हाय संगं.'

'नको धर्मादा, मला फुरं. तूच पी.'

'खरं सांगू रेमज्या,' धर्मा त्याच्या पाठीवर थाप मारत म्हणाला, 'मला बघनार करनार तुझ्याशिवाय कोनीबी न्हाई!'

'व्हय तर. आनि म्हणूनच मगा पैक्यासाठी आडवन लावलीस!'

'अरं, ते खरं नव्हं. तुझ्यावरनं पैका ओवाळून टाकतो मी. तुला कायबी कमी पडू देनार न्हाई मी.'

'फुरं कर धर्मा. अरं, गावात घर न्हाई. शिवारांत शेत न्हाई. अंगावर धडोतं न्हाई. तिसाच्यावर वर्सं उलटली पन आजून लींब जाऊस नाय. कशास बोलतोस! म्हनं कायबी कमी पडू देनार न्हाई.'

'उगीच बोलू नगस रेमज्या.' वाटी उचलत धर्मा म्हणाला, 'कधी इचारलं व्हतंस मला? म्या कधी न्हाई म्हटलंय तुला? बोल की!'

'तेवढंच न्हायलंय बघ.'

'मला उगीच बोलून गावत न्हाई. ह्या बसवण्णाची आन. विठोबाची आन. आजपासनं तुझं ते माझं. माझं ते तुझं. मला तरी कोन हाय? येऊनजाऊन यल्ली. तिचं बघीन मी.'

'धर्मादा, तू म्हणतोस तेच मोठंपन.'

'नुसतं बोलून मोठंपन न्हाई. रेमज्या करून दावनार मी. तसं कशाला, माझ्या यल्लीसंगं पाट लावतोस काय? बोल.'

'काय?' रेमज्या किंचाळला.

'तुला जावईच करून घेतो. मग तर झालं?'

'काय तरी तुझं!' रेमज्या लाजून म्हणाला.

'थट्टा नाही—देवाच्यान् खरं सांगतुया मी.'

'आँ?'

'आँ काय? कानी सांगतोय? घे ती बाटली. लई रात झाली. जाऊ या घरला.'

'धर्मादा, तू मला पदरात घेतलंस. अन्नाला लावलंस.' रेमज्या डोळ्यांत पाणी आणून म्हणाला.

त्याला जवळ ओढत धर्मा म्हणाला, 'खुळा हाईस का काय? रेमज्या, अरं माझी पारख कुनालाबी गावली न्हाई. काळजीचं काम न्हाई. सकाळी उजाडल्याबरोबर पेढ्यांचा पुडा घेऊन ये. सोयरीक ठरवू आणि पेढं वाटू. तुझ्याजवळ पैसं नसतील तर मी देतो पैसं पेढ्याला.'

'नको धर्मादा, घेऊन येतो मी. पन हे खरं नव्हं?'

'अरच्चा– म्हाताऱ्याची थट्टा करतुयास का काय? उजाडायला घरला ये. मी सांगतो तसं कर.'

'व्हय धर्मादा.'

धर्मा, रेमज्या उठले. धर्माने बाटली खोळीत ठेवली व खोळ खांद्यावर लपेटून घेतली. रेमज्याने रिकामी बाटली देवळामागे फेकून दिली. दोघे गावची वाट चालू लागले. चांदणे फेक पडले होते. सर्वत्र सामसूम होती. गावातली कुत्री भुंकत होती.

धर्माला त्याच्या घरापर्यंत पोहोचवून रेमज्या आपल्या खोपटाकडे वळला. साऱ्या रात्रभर त्याला चैन नव्हती. त्याचे मेलेले मन जिवंत होत होते. पहाटेला कोंबड्यांनी बांग द्यायला सुरुवात केली. भगाटल्यावर रेमज्याला पडून राहणे अशक्य झाले. तो उठला. त्याने चूळ भरली आणि तो खोपीबाहेर पडला. गावच्या वेशीतल्या पिंपळाच्या कट्ट्यावर तो बसून राहिला. येणाऱ्या-जाणाऱ्याबरोबर तो एखाद-दुसरा शब्द बोलत होता, पण त्याचे सारे लक्ष दुकानाच्या फळीकडे लागले होते.

दुकानाची फळी उघडताना दिसताच तो उठला. रेमज्या जवळ जाताच दुकानदाराने विचारले,

'काय रे?'

'अण्णा, जरा काम व्हतं. एक आठ आण्याचं पेढं पाहिजेत आण्णा.'

'पैसे आणलेस?'

'न्हाई आण्णा! पैसे दिल्याबिगार ऱ्हानार न्हाई मी.'

'रेमज्या, तुला काय अक्कल आहे काय रे? अरे, असा बघतोस काय? आत्ताहेच दुकान उघडलंय. आतसुद्धा गेलो नाही. भवानी झाल्याशिवाय उधार कोण तरी देईल काय? दोनप्रहरी ये, मग बघू.'

'असं म्हणू नका आण्णा. लई नड हाय.'

'कसली रे नड तुला? खायला अन्न नाही आणि पेढे खातोय! लगीन झालं नाही तुझं तंवर पोराचे पेढे वाटतोस काय रे?' असे म्हणून आण्णा खदखदून हसले.

रेमज्या लाजला.

'तसं न्हाई आण्णा, माझी सोयरीक ठरणार हाय आज.'

'कुणाशी रे?'

'धर्माच्या पोरीसंगं, यल्लीसंगं.'

'खरं सांगतोस?'

'व्हय आण्णा. रामपाऱ्यात खोटं कशाला सांगू? माझी येवढी नड काढा. तुमचं हवं ते काम सांगा आनि पैसे फेडून घ्या.'

आण्णांनी एकवार रेमज्याकडे पाहिले व आपल्या मनाशी आठ आण्यांचा आणि परसातल्या बाभळीच्या गाठींचा मेळ घातला आणि नंतर ते रेमज्याला म्हणाले,

'रेमज्या, दुसऱ्या कशासाठी सांगितलं असतंस तर तुला मी पेढे दिले नसते. पण तुझा संसार उभा राहणार, त्याला मी नाही कसा म्हणणार? तुला मी पेढे देतो, पण दुपारी येऊन भेट.'

'व्हय जी.'

आण्णांनी दिलेल्या पेढ्यांचा पुडा घेऊन, दोनप्रहरी येतो म्हणून सांगून रेमज्या दुकानाबाहेर पडला.

महारवाड्यात कलबलाट वाढत होता. कामावर जायची प्रत्येक घरी गडबड उडाली होती. धर्मा खांद्यावर घोंगडे टाकून दारातच उभा होता. तराळकीची काठी त्याच्या हातात होती. रेमज्या जवळ जाताच धर्मा म्हणाला,

'रेमज्या, कुठं रं होतास? तुलाच हुडकत व्हतो. घरातबी तुझा पत्त्या न्हाई.'

'दुकानाकडं गेलो व्हतो.' हातातला पुडा दाखवत रेमज्या म्हणाला.

'बाकी रातीचं काम झोकबाज झालं. आज रातला परत बार भरू. कसं?'

'व्हय धर्मादा?'

'छा! रातीचं काम लई रंगलं आणि हातात रं काय तुझ्या?'

'पेढं आनल्यात, धर्मादा.'

'पेढं! कसलं पेढं?'

'आँ?'

'कुनाचं पेढं.'

'असं काय करतोस, धर्मादा? राती तूच सांगितलं न्हाईस काय?'

'काय मी सांगितलं?'

धर्माचा बदललेला चेहरा पाहून रेमज्या काकुळती येऊन म्हणाला, 'तूच म्हणाला न्हाईस काय–सकाळी पेढं घेऊन ये, सोयरीक ठरवू म्हनूनशान?'

'कुणाची सोयरीक?'

'यल्लीची.'

'आनि कुनासंगं?' धर्माचा आवाज चढत होता.

रेमज्याच्या घशाला कोरड पडली. त्याची जीभ आत ओढली जात होती. पाय लटपटू लागले होते.

'बोल की.'

आवंढा गिळून तो कसाबसा म्हणाला, 'माझ्यासंगं.'

'भाड्या, खोटं बोलतोस? माझी पोरगी आणि दारूची बाटली बारबर वाटली तुला?' धर्मा कडाडला.

'देवाच्यान–'

'कुठं तू, कुठं मी! पायरीनं वागावं मानसानं. लेका, म्हारवाड्यातला कुत्रा तू. तुझं गावात घर आहे की शिवारात शेत? एक वेळ भागायची मारामार आनि लगीन करायला निघालास?'

'पन तूच म्हनलास–'

'जीभ हासडून काढून ठेवीन एक शब्द बोलशील तर. गोवऱ्या मसणात गेल्या तुझ्या आनि हे थेर करतोस?'

धर्माच्या तोंडचा पट्टा सुरू होता. यल्ली दारात येऊन रेमज्याकडे पाहून फिदीफिदी हसत होती. सारा महारवाडा भोवती गोळा झाला होता. कावराबावरा झालेला रेमज्या थरथरत तिथं उभा होता. हातातला पुडा नकळत कुस्करत होता. बघता बघता त्याचे डोळे पाण्याने भरले. त्याचे ओठ थरथरले. पण तो काही बोलू शकला नाही. सारं बळ एकवटून तो वळला आणि त्या गर्दीतून वाट काढत तो पळत सुटला.

साऱ्यांच्या हसण्यात महारवाडा भरून गेला.

१९५५

◆

ओझं

•❃•

रस्त्यावरच्या हिरव्या झाडांची रांग दिसू लागताच एकनाथने पुन्हा झपझप पावले टाकायला सुरुवात केली. उन्हाचा ताप त्याच्या अंगावर फणफणत होता. त्याच्या डोक्यावरच्या टोपीतून घामाच्या धारा ओघळत होत्या. भरभर चालत असताना पाठीवरचा किंतानाचा थैला हिंदकळत होता. त्याने हातातला टोणा सावरून धरला होता आजूबाजूचा सारा मुलूख त्या उन्हाच्या तावात होरपळत होता. एकनाथ रस्त्यापासून थोड्या अंतरावर असतानाच दुरून एस. टी.ची लॉरी धूळ उडवत येत असताना त्याला दिसली. एकनाथने पळायला सुरुवात केली. धापा टाकीत तो रस्त्यावर पोहोचला. जेव्हा गाडी स्पष्टपणे नजरेत आली; तेव्हा त्याला पळाल्याचा पश्चात्ताप झाला. त्या गाडीवर तांबडी मेलची पाटी नव्हती. ती गाडी जशी आली तशीच न थांबता घरघरत पुढे निघून गेली.

एकनाथने एक दीर्घ श्वास सोडला. त्याने आजूबाजूला पाहिले, एकही मनुष्य नजरेत दिसत नव्हता. त्या नाक्यावर येणारे प्रवासी बहुतेक सकाळीच गाडी पकडून जात असत. क्वचित एखादा-दुसरा प्रवासी आठपंधरा दिवसांत त्याला त्या जागी भेटत असे. तीच गत येणाऱ्याही प्रवाशांची होती. नाही म्हणायला एकनाथाचा तिथे एक मित्र होता. रस्त्याच्या कडेला एक लिंबाचे झाड सदैव त्याला जोड देत असे. त्या झाडाच्या बुंध्याला टेकूनच एकनाथने एक चपटा दगड ठेवला होता. दररोज तो त्यावर बसून टपालाच्या गाडीची वाट पाहात असे. एकनाथने पाठीवरचा थैला झाडाला टेकून ठेवला आणि तो त्या दगडावर बसला. तेथे बसूनच त्याने सूर्याकडे नजर टाकली, झाडाच्या सावलीकडे पाहिले, पण त्याला वेळेचा अदमास बांधता येईना.

गाडीरस्त्यापासून जवळ जवळ सहा मैलांवर, अगदी आडवळणी असे टेंबुर्नी खेडे वसले होते. त्या गावाला पोस्ट का दिले गेले ह्याचेच आश्चर्य एकनाथला वाटे. आजूबाजूच्या दहा-बारा खेड्यांचा बटवडा टेंबुर्नीहूनच होत असे. पण गेल्या दोन

महिन्यांच्या एकनाथला कारकीर्दीत एकदाही वीस पत्रे नि एखादे रजिस्टर ह्यापलीकडे बटवडा गेला नव्हता. चार-आठ दिवसांतून कधी तरी मनीऑर्डर येई, पण तीही कधी पन्नास रुपयांच्या पलीकडे गेली नव्हती. एक्सपेरिमेंटल पोस्ट ऑफिस असल्यामुळे, एकनाथला पोस्टमास्तरची व पोस्टमनची कामे करावी लागतच, पण त्याशिवाय दररोज सहा मैलांवरून टपाल आणावे लागे. एखादे दिवशी जर बस चुकली; तर पोस्ट खात्याच्या शिव्या खाव्या लागत त्या निराळ्याच. टेंबुर्नीला बदली झाल्यापासून एकनाथ अगदी त्रासून गेला होता. आजही त्याला गाडी चुकली असावी असेच वाटत होते.

रस्त्यावरून एखादी-दुसरी गाडी भिरभिरत जाई तेव्हा एकनाथ अधिकच अस्वस्थ होत असे. त्याच वेळी रस्त्यावरून एक इसम जात असताना त्याने पाहिला. त्या इसमाची नजर एकनाथाकडे वळताच एकनाथने विचारले, 'काय हो, दोन वाजले काय?'

'कवाच—' म्हणत तो पुढे गेला. एकनाथला टेंबुर्नीच्या पाटलाचा राग आला. त्याच्यामुळे आपल्याला वेळ झाला असे वाटले. कारण तो अगदी निघायच्या बेतात असतानाच पाटलानं त्याला गाठलं होतं व त्याला कार्ड लिहायला भाग पाडलं होतं. ते करण्यात त्याचा बराच वेळ मोडला होता. मनातून पाटलाला शिव्या देत असतानाच त्याच्या कानावर घरघराट आला. तो उठून उभा राहिला व त्याने पाहिले, तो धुळीचे लोट उडवीत तो एस. टी.चा डोलारा येत होता. त्यावर तांबडी पाटी दिसत होती. जेव्हा एकनाथाने 'बेळगाव ते कोल्हापूर' ही पाटी पाहिली, तेव्हा त्याला बरे वाटले. गाडी उभी राहताच एकनाथ पुढे झाला. आपला थैला त्याने गाडीत टाकला व कंडक्टरने दिलेला गाडीतला थैला सही करून घेऊन तो खाली उतरला. तो फिरणार तोच कंडक्टरने त्याला हाक मारली व म्हणाला, 'पोस्टमन, ह्या म्हातारीला तेवढी तुमच्या गावाला न्या. तिला वाट माहीत नाही.'

गाडीच्या दारातून एक बोचकं घेतलेली उतरली आणि पाठोपाठ गाडीचे दार बंद झाले. गाडी सुरू झाली. जशी आली तशी धुळीचे लोट उधळीत ती निघून गेली. एकनाथाने एकवार त्या म्हातारीकडे पाहिले. तिचे केस पिकले होते. तोंड, हात, पाय सुरकुत्यांनी भरले होते. डोक्यावरच्या पदराला पडलेल्या भोसक्यातून पांढरे केस वर दिसत होते. पाठीला किंचित बाक आलेला होता. एकनाथला ते संकटच वाटले. त्याने कंडक्टरला लाख शिव्या दिल्या. आता त्या म्हातारीच्या मुंगीच्या पावलाने सहा मैल अंतर काटावं लागणार होतं. त्या म्हातारीचाही त्याला संताप आला. एवढं म्हातारं माणूस! गाव माहीत नाही अशा परिस्थितीत एकटंच बाहेर पडायचं?—

म्हातारीकडे न पाहता तो झाडाकडे गेला. तो थैला नीट ठेवून तो दगडावर बसला. म्हातारी त्याच्याजवळ येऊन उभी राहिली आहे ते त्याला समजले, पण

त्याने तिच्याकडे पाहिले नाही. थोड्या वेळात न राहवून त्याने म्हातारीकडे पाहिले. पाणावलेल्या स्थिर नजरेने ती म्हातारी त्याच्याकडे बघत होती. एकनाथाचं लक्ष वळताच म्हातारी म्हणाली, 'निघू या नव्हं?'

'कुठं?' एकनाथाने त्रासिकपणे विचारले.

'टेंबुर्नीला.' म्हातारी म्हणाली.

'हे बघ म्हातारे, तू मोटारीतनं आरामात बसून आली असशील, पण मी तसा न्हाई आलो. तीन कोस तंगड्या तोडत, धापा टाकत आलो. जरा बसतो सावलीत. पान तंबाखू खातो आणि मग जाऊ या. बस जरा.'

'बरं लेका! रागावू नकोस पोरा माझ्यावर.' असं म्हणत म्हातारी जवळच बसली. म्हातारीला बोलल्याबद्दल एकनाथाला वाईट वाटले. त्याने आपली चंची काढली. सुपारी कातरून त्याने तोंडात टाकली आणि पानाला तो चुना लावू लागला. मध्येच थांबून त्याने म्हातारीला विचारले,

'म्हातारे पान खानार?'

'नगो लेका! खा तूच. पान चावायचं दात ऱ्हायलं न्हाईत लेका.'

एकनाथाने पान खाल्ले, तंबाखूचा बार भरला, चंची गुंडाळून खिशात टाकली आणि आरामात तो पिंक्या टाकू लागला. पण ती म्हातारी मात्र अस्वस्थ दिसत होती. थोडा वेळ बसल्यावर म्हातारी धीर करून म्हणाली, 'चलायचं नव्हं पोरा?'

'बरं तर - चल,' असं म्हणत एकनाथाने थैला पाठीवर टाकला. म्हातारीच्या हातात आपल्या हातातला टोणा दिला आणि म्हातारीचं बोचकं मागितलं. पण म्हातारी म्हणाली, 'नको, घेईन मी.'

'काय घेतीयास? तीन कोस पल्ला मारायचा हाय. आन ते इकडं.' असं म्हणत त्याने ते बोचकं हाती घेतलं आणि ती दोघे चालू लागली. उन्हाचा ताप कमी झाला नव्हता. दूरवरचे उघडेबोडके डोंगर भयाण दिसत होते. वाळलेल्या खुरट्या गवतामुळे आजूबाजूच्या माळावर पिवळी छटा दिसत होती. बराच वेळ कुणी बोलले नाही. म्हातारी काठीचा आधार घेत घेत एकनाथाबरोबर चालण्याचा प्रयत्न करीत होती. ते एकनाथाच्या लक्षात येताच तो म्हणाला, 'म्हातारे, सावकाश दमानं चल. न्हाई तर दमशील वाटेतच.'

धाप टाकीत म्हातारी म्हणाली, 'सावकाश चालून न्हाई भागायचं.'

'गावाकडं कोन हाय म्हातारी तुझं!'

'नातू हाय, एकुलता योक. त्येलाच बघायला चाललेय पोरा.'

'कुठं असतीस म्हातारे?'

'बेळगावला.'

'घर हाय वाटतं?'

'कुठलं घर आनी कुठलं काय? दुसऱ्याच्या घरात भांडी घासून पोट भरायची मारामार आणि घर कुठलं पोरा.'

'मग नातवाकडंच राहायचं. एवढा मुलगा-नातू असताना; त्यांना सोडून बेळगावला का राहतीस?'

'पोरा, एकुलता एक पोरगा व्हता. त्योबी देवानं टिकवला न्हाई. त्याचाच ल्योक हाय टेंबुर्नीला. दहा वर्साचा. त्यालाच भेटायला निघालेय मी.'

'सुनेचं आणि तुझं पटत न्हाई वाटतं?'

'न पटायला काय झालं? पन आता ती माझी सून हाय थोडीच? पोरगा गेला आनि ती रंडकी झाली. वरीसभर माझ्याजवळच होती. म्यांच इचार केला आनि पोरीचा पाट लावला. तिला दाल्ला हाय टेंबुर्नीला. तिथंच आईसंगं हाय रामू.'

'कोन रामू?'

'माझा नातू. कालच पतर आलं की, त्यो लई सीक हाय म्हणून. जसं पतर वाचलं तसा जीव निम्मा झाला बघ. तशीच निघाले पोरा. त्या पोरापाईच मी जिती हाय बघ. त्येला बरं असूं दे. अंबाबाईची जरीच्या खनानं वोटी भरीन मी.'

एकनाथ थबकला आणि म्हणाला, 'म्हंजे तू खोराड्याच्या रामूबद्दल तर म्हणत नाहीस?'

'व्हय व्हय—त्योच त्योच!' म्हातारी अधीरतेने म्हणाली, 'बरा हाय नव्हं?'

'आँ?' एकनाथ म्हणाला.

'बरा हाय नव्हं.'

भानावर येत एकनाथ म्हणाला, 'बरा हाय की! सकाळीच मी बघितला त्याला गल्लीत.'

'खरं?'

'तर काय? त्याला माहीत असतं तर त्योच आला असता तुला घ्यायला. बाकी तीन-चार दिवसांमागं दिसला नव्हता हे खरं. पडला असंल सरदीखोकल्यानं सीक. आता तर ठणठणीत हाय पोर.'

म्हातारीने टोणा टाकला. ती एकनाथाजवळ आली आणि आपले हात त्याच्या तोंडाजवळ नेऊन आपल्या हाताची बोटे तिने कानशिलावर मोडली व म्हणाली, 'पोरा, काय सांगू तुला! निम्मा जीव आला. बसू या कुठंतरी वाईच! पायांत पेटके यायला लागल्यात बघ.'

एकनाथ म्हणाला, 'पन आता लई बसून न्हाई चालायचं. ते समोर झाड हाय बघ, त्याच्याखाली जरा बसून दम घे.'

त्या झाडाच्या सावलीत बसून म्हातारीने पदराने आपला घाम टिपला. जरा वेळ बसल्यावर एकनाथ म्हणाला, 'चल म्हातारे आता. दीस मावळायच्या आत पोचलं

पाहिजे गावाला.’

‘चल बाबा–’ म्हणत म्हातारी उठली आणि टोणा घेऊन चालू लागली. म्हातारीच्या डोळ्यांत आता निराळेच तेज दिसत होते. एकनाथाला तिच्या डोळ्याला डोळा द्यायचा धीर होत नव्हता. काही तरी बोलायचं म्हणून एकनाथ म्हणाला, ‘काय सांगू म्हातारे, ही नोकरी अगदी नको झालीया बघ. दररोज उन्हातानातनं सहा कोस येताजाता तंगावं लगतं.’

‘होय रं बाबा! लई तरास होत असंल बघ. पगार किती मिळतो लेका?’

‘ते काय इचारू नको. चाळीस रुपड्यांसाठी रगत आटवावं लागतं.’

‘मग कशाला करतोस येवढं? जिवापरीस काय जास्त हाईत व्हय पैसं?’

‘मग घरच्यास्नी काय घालू? घरात आईबाप हाय. बायको हाय, एक पोरगी हाय—ती काय भीक मागू देत?’

‘तसं कवा म्हटलंय मी. ही वेडी माया असते बघ. आता ह्या वयात धा घरची भांडी घासते मी. कैकजण म्हणत्यात, ‘गंगू, आता तू नगोस दुसऱ्याची भांडी घासू. रहा आमच्याकडं. तुला कमी न्हाई पडायचं.’ पन तसं करून कसं चालंल. रामू किती तरी अजून पोर हाय. त्याचं लगीन व्हायचं. ते कोन करणार? त्याचा बा असता तर त्यालाबी घोर नव्हता, मलाबी भांडी घासत धा घरं फिरावी लागली नसती. पोर हाय, त्याचा संसार उभा ऱ्हायला की, मग माझा घोर संपला. होय की नाही?’

‘व्हय व्हय तर!’ एकनाथ पुटपुटला. एकनाथ शक्यतो लवकर गावाला पोहोचायची धडपड करीत होता. बराच वेळ ती चालत होती. पायवाटेवरच्या एका चिंचेच्या झाडाकडे एकनाथाचे लक्ष गेले. त्या झाडाखालून जाता जाता एकनाथाने खाली आलेल्या फांदीची कोवळी पालवी ओरबाडून घेतली आणि तो ती चघळू लागला. एकनाथ म्हातारीला म्हणाला, ‘यंदा चिंचा चांगल्या येणार बघ.’

‘व्हय बाबा! माझा रामू अगदी तुझ्याच गुणाचा हाय बघ. त्योबी असंच झाड ओरबाडून चघळत असतो. चिंचा आल्या की खा खा खातो आनि रातसारी खो खो खोकतो!’

‘म्हातारे, आता ती टेकडी ओलांडली की गाव आलाच बघ.’

‘देव पावला लेका. पाय मोडायला आलेत बघ. घराला गेलो की सांगीन त्या गुलामाला, ‘तुझ्यापायी पायाच्या खिच्या झाल्या, आता रगड पाय जरा!’ पण सांगते तुला, ते पोर पाय रगडायचं न्हाई. उलट भुतासारखा माझ्या मागं लागंल. म्हनंल, ‘आज्ये, मला काय आनलंस?’ जवा लाडवाचा पुडा समोर ठेवीन तवाच थंड व्हईल बघ.’

‘म्हातारे, येवढी माया लावू नये पोरांना. मोठी झाली आनि शिंग फुटली की

बघायची सुदीक न्हाईत.'

'न्हाई रे, तसं न्हाई. माझा पोरगा गेला तवा मला वाटलं, आता आपल्याला बघनारं कोणी न्हाई व्हायलं. येकदा थंडीतापानं मी जमिनीला आंग टेकलं तवा अवघा सात वर्साचा रामू व्हता. पन ते पोरगं असलं मायाळू, हमाली करयाला गेलं ते पोर! आनि त्याची आई उठली न्हाई माझ्यापासनं. म्हणूनच त्या पोरासाठी जगावं वाटतं. आता बघशील तू; मला बघितल्याबरोबर कसं झेप घेतं ते...'

एकनाथ 'हूं! हूं' करीत होता. पण त्याचं लक्ष समोर दिसणाऱ्या गावाकडे होतं. सूर्य पश्चिम क्षितिजावर टेकला होता. त्याने म्हातारीच्या पायाकडे पाहिले, म्हातारीच्या चपला धुळीने माखून गेल्या होत्या.

गावच्या वेशीवर येताच तो म्हातारीला म्हणाला, 'म्हातारे, ते पांढरं देऊळ दिसतंय ना; तेच मारुतीचं देऊळ, त्याला लागूनच तुझ्या नातवाचं घर हाय. तू आता जा. मला हे टपाल दिलं पाहिजे. आण तो टोणा.'

एकनाथाने तिची संमती न घेताच गडबडीने टोणा घेतला. तिचे बोचके तिच्या हातात दिले. तिच्याकडे न पाहताच त्याने पाठ फिरवली व तो गावात शिरला. मारुतीच्या पाया पडून त्याने एक घर ओलांडले आणि दुसऱ्या घराच्या दाराचे कुलूप काढून तो गडबडीने आत घुसला. दाराला आतून कडी घातली. खांद्यावरचा थैला कोपऱ्यात फेकला व खुंटीवरचे कांबळे काढून त्याने जमिनीवर पसरले. तेवढे करण्यातच त्याचे सारे अवसान संपले. उभ्या उभ्याच त्याने त्या कांबळ्यावर अंग टाकले आणि आपल्या दोन्ही कानांवर एकनाथाने हात आवळून धरले.

पण ते हात पलीकडचा म्हातारीचा आक्रोश थोपवू शकले नाहीत.

१९५३

◆

कात

•❃•

केदारीने आत येताच घरातल्या दांडीवर आपला लंगोटा वाळत टाकला. त्याच्या पाठोपाठ दहा-पंधरा गावकरी खालच्या मानेने आत शिरले. दाटीवाटीने जागा करून बसले. केदारीही भिंतीला पाठ लावून बसला. अंगात मलमली शर्ट घातल्याने तो अधिकच लुकडा वाटत होता. त्याचे खोलगट गेलेले डोळे तांबरले होते. गुडघ्यावर कोपर टेकून केसांतून तो बोटे फिरवीत बसला होता. कोणी कुणाशी बोलत नव्हते. एखादा अधूनमधून खाकरून त्या शांततेचा भंग करीत होता. कुणीतरी सुरुवात केली,

'मानसाचा भरवसाच राहिला न्हाई ह्येच खरं. तरनीताठी बाई संसारातनं उठली.'

'दोघांचा संसार कसा राघूमैनावानी. गावची द्रिष्टच लागली तिला!'

त्याच वेळी केदारीला हुंदका फुटला. सदऱ्याचा बोळा तोंडाला लावत त्याने मान खाली घातली. पाटील उठून त्याच्याजवळ गेला आणि त्याच्या पाठीवरून हात फिरवत म्हणाला,

'असं काय करतोस येड्यावानी. ह्ये काय कुनाच्या हातात हाय? अरं, ती काय आमास्नी नको व्हती?'

'इकडची काडी तिकडं करू द्यायची न्हाई ती मला.' केदारी स्फुंदत म्हणाला, 'ती गेली, संसार मोडला माझा. लई जीव व्हता माझ्यावर.'

'सारं खरं, पन आता विलाज हाय काय? लक्षुमी गेली, गावची सोबा गेली. आठ दीस सुदीक झालं न्हाईत मला म्हनली व्हती, 'पाटील, शेंगा काढायला मी येनार हं!' पन कुठलं आलंय तसं व्हायला! ह्ये—ह्ये इपरीत घडायचं व्हतं नव्हं! चार दीस सुदीक ताप भरला न्हाई. आता ताप काय कुनाला येत नाई? सकाळी रामा आला तवा कळलं, खरंच वाटंना.'

दुसऱ्याने पाटलाची री ओढली. 'तर काय! शेतात मी व्हतो. इश्वासच बसंना माझा. गावची सोबा होती लक्षुमी. जुंदळ्याची कनसं लवायची तिच्या म्होरं. पात

धरायला गावची एक बाई टिकायची न्हाई तिच्याबरोबर. कोनचंबी काम काढा, गावच्या फुडं असायची लक्ष्मी. पोरीनं जाऊन निम्मं गाव रडवलं. येवढी हाडापेराची बाई कापरागत सरनावर गेली.'

त्याच वेळी पाटलाच्या घरून जेवणाची टोपली घेऊन एक बाई आली. पाटलाची म्हातारी आली. पाचसहा बायका तिच्यामागोमाग आत शिरल्या. घरात आत जाऊन त्या बोलू लागल्या. पालीसारख्या चुकचुकू लागल्या. रडू लागल्या आणि अर्ध्या तासात एक एक उठून निघून गेल्या. पाटलाची म्हातारी केदारीजवळ गेली आणि म्हणाली,

'लेका, खाऊन घे थोडं.'

'व्हय व्हय.' पाटील म्हणाला.

'आता नगं.' केदारीने मान हलवली.

'असं करून कसं भागल लेका! मनावर दगूड घेऊन सारं केलं पायजे. माझं कपाळ फुटलं पन म्याबी उरावर दगड घेतलाच नव्हं! असं करू नगस. म्हातारीची शपथ हाय तुला.'

'केदारी, आई म्हनतीया तसं चार घास घे नावाला!'

'नगं पाटील. आता मला जायचं न्हाई ते. मंगशान घेईन मी थोडं. आई, सुटली म्हना.'

'सुटली! बरं जातो आता; लई तरास करून घेऊ नगस' आणि पाटलाकडे वळून म्हातारी म्हणाली, 'लवकर ये घरला.'

म्हातारीच्या पाठोपाठ एकदोघे घराबाहेर पडले. आढ्याकडे पाहात बसलेल्यांपैकी एकजण म्हणाला,

'अरेच्च्या! आढ्यात कात कुठनं आली!'

साऱ्यांनी वर पाहिले. आढ्यातून एक कात लोंबकळत होती. दुसरा म्हणाला, 'केदारी, काढून टाक बाबा ती. कात घरात बरी न्हवं; जरा नजर ठेवून ऱ्हा.'

'अजून कुठला ऱ्हायला आलाय त्यो! गेला असल. चला जाऊ या आता, लई येळ झाला. केदारी, तू कायबी घोर करू नगस. आमी हाय तुझ्यामागं. उपाशी ऱ्हाऊ नगस. चार घास घे आनी पडून ऱ्हा.' पाटलाच्या पाठोपाठ सारे उठले आणि केदारीला सांगून सारे घराबाहेर पडले.

केदारीच्या घरापासून लांब जाईपर्यंत कुणी काही बोलले नाही. शेवटी एकजण म्हणाला, 'लई वाईट झालं. दोघांचाच संसार देवाला बघवला न्हाई. एखादं पोर देऊन तरी जायचं व्हतं लक्ष्मीनं.'

पाटील उसळून म्हणाला, 'झालं ते बेस झालं. गावची घान गेली. सारा गाव बिघडवला तिनं.'

पाटलानं सुरुवात करताच सारे मोकळ्या मनाने बोलू लागले,

'तर काय! लगीन झालं तवा केदारी गावचा पैलवान व्हता. ह्या भागात त्याचा हात कुनी धरत नव्हता. ही बया आली आनि काडीपैलवान झाला त्यो. सुटला बिचारा.'

शेवटी पाटीलच म्हणाला, 'झालं केलं हुवून गेलं, मेल्या मानसाबद्दल वंगाळ बोलू न्हाई.' सारे आपापल्या घरी पांगले.

सारे घराबाहेर पडताच केदारीने दार लावून घेतले. काही क्षण तो तसाच दाराला टेकून उभा राहिला. घरात पसरलेली शांतता त्याला असह्य वाटत होती. सारे घर कसे भयाण-भकास वाटत होते. दाराला कडी लावून केदारी आत गेला.

चुली तशाच मोकळ्या पडल्या होत्या, न्हाणीत काल रात्रीची त्याने ठेवलेली भांडी तशीच पडली होती. फळीवर ओळीत मांडून ठेवलेली, माती लावलेली भांडी, त्या चकाकणाऱ्या घागरी पाहून केदारीला तीव्रतने लक्ष्मीची आठवण झाली. कोपऱ्यातल्या लाकडी पेटीवर केदारीची नजर स्थिर झाली. सकाळीच घेतलेली किल्ली त्याच्या खिशात होती. त्याने ती काळ्या दोऱ्यात बांधलेली किल्ली काढली. ती किल्ली नेहमी लक्ष्मीच्या गळ्यात असायची. केदारीला आजवर एकदाही त्या किल्लीला स्पर्श करायला मिळाले नव्हते. थरथरणाऱ्या हाताने केदारीने त्या पेटीचे कुलूप काढले. पेटी उघडली. एका कडेला जरीची, साधी, इरकली लुगड्यांची थड लावली होती एका गठड्यात खण बांधून ठेवले होते. चोळ्यांच्या खाली दहा दहाच्या दोन नोटा होत्या. दोन-चार रुपयांची चिल्लर चोळ्या उचलताच पेटीत खळखळत पडली. पितळेच्या दोन डब्यांत लक्ष्मीचे दागिने होते. केदारीने ते सर्व होते तिथे ठेवून पेटीला कुलूप लावले व तो जड पावलाने बाहेर आला. बाहेरच्या आखणात ठेवलेल्या चौपाईवर तो आडवा झाला आणि आढ्याकडे पाहात तो आठवू लागला...

हळदीच्या पायाने घरात आलेली लक्ष्मी त्याला आठवली. गव्हाळी रंगाची, उभार छातीची, जवानीने भरलेल्या अंगाची! तिच्याकडे पाहून केदारीचे मन फुलून गेले. अभिमानाने त्याची छाती भरून गेली. घर सोडून बाहेर पडण्याची त्याला इच्छा होईना. बाजारला गेला तर येताना कधी हात हालवत माघारी येईना. गावाकडून होणाऱ्या थट्टेत त्याचा जीव रमला. लग्नानंतरच्या पाचसहा महिन्यांनी त्याच्या संसाराला भर आला. पण नंतर हळूहळू लक्ष्मीचे तोंड येवढ्यातेवढ्याशालाही सुटू लागले. केदारीची येवढीशीही गोष्ट तिला खपेनाशी झाली. त्यांचे भांडण होऊ लागले. तिच्यातला बदल केदारीला जाणवू लागला. त्याने तो अस्वस्थ होऊ लागला. चिडू लागला. लक्ष्मीला खूष करता करता त्याच्या नाकीनऊ येऊ लागले.

लक्ष्मी नदीला पाण्यासाठी गेली, की तिकडेच ती रमू लागली. घरचे दळण

सोडून ती पिठाच्या गिरणीकडे जाऊ लागली. ठेवणीतली लुगडी काढून ती गावभर फिरू लागली आणि ते बघून गावची तरणीताठी पोरे मनात तिच्याकरता झुरू लागली. हा सारा बदल केदारीला जाणवत होता. समजत होता. पण त्याला काहीसुद्धा करता येत नव्हते. एकदा त्याने रागाच्या भरात लक्ष्मीवर हात टाकला. पण त्याने त्याला पश्चात्तापाची पाळी आली. लक्ष्मीने क्षणांत सारा गाव घरासमोर गोळा केला. त्यानंतर आठ दिवस केदारी गावाची नजर चुकवत होता. त्याला शेतात रमण्यातच सुख वाटू लागले.

लक्ष्मीच्या अंगावर नवीन चढलेली लुगडी त्याने मुकाट्याने पाहिली. गावातून फिरताना लोक का खिदखिदतात, ह्याची जाणीव त्याला झाली. आखाड्यात जायची चोरी झाली. दिवसेंदिवस दोन्ही वेळ भरपूर जेवूनही तो झुरू लागला. लक्ष्मीला शिवारात कुणी कामाला बोलाविनासे झाले तरी पिकाच्या दिवसांत ती येताना भारा घरी घेऊन येई. ध्यान्याची वानवा कधी भासत नसे. स्वत:च्या घरात केदारी चोरासारखा राबू लागला.

...केदारीच्या तोंडून सुस्कारा बाहेर पडला. लक्ष्मी मेल्याचे दु:ख त्याला नव्हते. कुठेतरी समाधान वाटत होते. त्याच्यापेक्षा गावातल्या काही लोकांनाच लक्ष्मी मेल्याचे जास्त दु:ख होत होते. आळस झाडून केदारी उठला. आत जाऊन त्याने चूळ भरली आणि दार लावल्याची खात्री करून घेऊन, तो पाटलाने आणलेल्या जेवणाच्या बुट्टीकडे वळला. भुकेने त्याच्या पोटात आग पडली होती.

दुसऱ्या दिवशी संध्याकाळी तो असाच उंबऱ्यावर बसला होता. सुपारीचे खांड व तंबाखू चघळत तो रस्त्याकडे बघत होता. त्याच वेळेला लांबून येणाऱ्या एका माणसाकडे त्याची नजर गेली. केदारीने डोळे बारीक केले. डोक्याला पांढरा पटका, दुटांगी धोतर, अंगात रेघारेघांचा शर्ट, काळा कोट, दुडकी चाल—नक्कीच तो त्याचा मामा होता. गडबडीने केदारीने सुपारी-तंबाखू थुंकली आणि कपाळाला हात लावून तो बसला. कानावर हाक येईपर्यंत त्याने मामाकडे पाहिलेच नाही. केदारीची आई मेल्यापासून त्याच्या मामाचा त्याच्यावर फार जीव होता. केदारीच्या कानावर शब्द पडले,

'केदारी—'

केदारीने मान वळवली. मामाकडे एकदा त्याने पाहिले आणि खाली मान घालून तो म्हणाला, 'मामाऽ'. पुढे त्याला बोलवेना. खाली मान घालून तो डोळे टिपू लागला.

'गप पोरा. रडू नगस. समजलं तसा धावत आलो. चल आत.'

दोघेही आत गेले. केदारीने सारे सांगितले. मामाने त्याला समजावले. लक्ष्मीच्या आठवणी काढत काही वेळ दोघे तसेच बसले. मामा म्हणाला,

'पोरा, रडून भागत न्हाई. झाल्या गोष्टी मातीत मिळाल्या. किती दीस आठवन काढनार तू?'

'लक्षुमीसारखी बायकू हुडकून मिळायची न्हाई मला.'

'ते खरं, पन संसार म्हटलाय ह्यो. बाइलीशिवाय घराला सोबा न्हाई. बाईमानूस न्हाई, ते घर नव्हं. मागचं इसरायचं आनि फुडचं बघायचं ही रीतच हाय.'

'संसार बसला माझा. मामा, तुमच्या बिगार मला कोन हाय दुसरं? तुमी संभाळलासा तरच माझी धडगत.'

'मग आमी टाकतुया का काय? ते जाऊं दे बघू, लगीन करतोस काय? माझी पोरगी क्रिश्नी घरातच हाय. आज सोडत गेऊन वरीस होत आलं, तुला ठावं हायच. माझ्या डोळ्यांदेखत दोघांचाबी संसार उभा ऱ्हाईल. सांग बघू!'

कृष्णीचे नाव काढताच केदरीच्या डोळ्यासमोर कृष्णी उभी राहिली. दोन महिन्यांमागेच त्याने तिला पाहिली होती. लक्ष्मीएवढी रूपानेती चांगली नव्हती तरी ठसठशीत होती. त्याच्या मनात भरली होती.

'सांग बघू काय ते? उगीच तुझी रखरख नको.'

'मी काय तुमच्या शब्दाबाहीर न्हाई मामा. तुमी करशिला ते माझ्या बऱ्याचसाठी न्हवं?'

'कसं बोललास!' मामा हरकून म्हणाला, 'पूस ते डोळं. दिवसमास हूं – देत आनि मग बार उडवू. काळजी करून नगस. पन लेका, लक्षात ठेव, पोरगी फुकट न्हाई मिळायची. देज घेनार मी. व्हय, न्हाई तर मामाची पोरगी म्हनून फुकटात पाडायचास.'

केदारी खुदकन हसला आणि क्षणात गप्प झाला. मामा म्हणाला, 'पोरा, आता थांबत न्हाई मी. जातो आता. आनी चार दिवसांनी ईन मी.'

केदारी उठला, मामाच्या पायाला हात लावून पाया पडला. मामा निघून जाताच त्याने दार लावून घेतले. त्याच्या कानात सनईचा आवाज घुमत होता. कृष्णी डोळ्यासमोर दिसत होती. गडबडीने त्याने आपली पेटी उघडली आणि आर घालून इस्त्री केलेला पिवळा पटका बाहेर काढला. भिंतीत रुतवून बसवलेल्या आरशात पाहात शीट घालीत तो फेटा बांधू लागला आणि पाख्यातून शिरलेल्या वाऱ्याने लोंबणारी कात हेलकावे घेऊ लागली.

◆

पावनेर

✳

बोरगावापासून कोस-दीड कोसावर बसलेल्या डुबालवाडीत, कृष्णा खोत आपल्या घराच्या जोत्यावर, आढ्याकडे बघत, काळजी करत बसला होता. कृष्णा खोताला कधी आजवर प्रसंग आला नव्हता. त्याचा संसार अगदी राजा-राणीचा होता. वाडीत चार आखणी घर त्याच्या मालकीचं होतं. गोठ्यात मरतुकडी का असेनात, पण दोन जनावरं होती. सारखं तोंड टाकत घर डोक्यावर घेणारं म्हातारं माणूस घरात नव्हतं. सोन्यासारखी तरणीताठी गुणाची बायको लक्ष्मी घरात होती. काळजी करण्यासारखं त्याच्या आयुष्यात काही नव्हतंच मुळी! गावच्या शिवारात अगदी कडेला, माळरान का होईना; पण त्याच्या मालकीची भली मोठी जमीन होती. देवानं ह्या वर्षी कृष्णाकडे कृपानजरेनं पाहिलं होतं. त्या जमिनीत भुईमूग तरारून आला होता. आजवर कधी येवढं पीक त्याच्या जमिनीत उगवलं नव्हतं आणि तीच गोष्ट त्याच्या काळजीचं कारण होऊन बसली होती!

गावच्या शिवाराच्या कडेला रस्त्यालगत कृष्णा खोताची दोनतीन एकराची अलग पट्टी होती. गावच्या शिवारापेक्षा ती पट्टी जरा उंचावर होती, त्यातून जमीन माळरान! आजवर त्यात कधी पीक आलंच नाही. दरवर्षी वाडीबरोबरच तो आपलंही शेत जनरीतीप्रमाणे नांगरून टाकत असे. रीतीप्रमाणे तो जुंधळा पेरी आणि ठरल्याप्रमाणे शेवटी कडबा कापून ढोरांना घाली. गावच्या पोराबाळांना बांड चघळायला देई. स्वतः कृष्णा आणि लक्ष्मी साऱ्या वर्षभर दुसरीकडे अंगमेहनतीची कामे करीत; दुसऱ्याच्या शेतात घाम ढाळीत आणि त्याच्या बदला जे येत असे त्यात त्यांचे समाधान असे. पण यंदा साराच चमत्कार झाला. पेरणीच्या वेळी कृष्णाच्या मनात काय आले कुणास ठाऊक, त्याने आपल्या शेतात भुईमूग पेरायचा ठरवला. दोन पायल्यांच्यावर दाणे घेऊन तो बाहेर पडला आणि आठ दिवसांच्या आत; तयार केलेल्या जमिनीत त्याने व लक्ष्मीने मिळून दाणे टोकून सोडले. पहिला पाऊस बरा पडला, जमीन भिजली. रोपं उगवली कधी नव्हे ते सारं शेत उगवलं. कृष्णा आणि लक्ष्मी पहिल्या

पोराच्या कौतुकानं शेताकडे बघू लागली. शेताची भांगलण करू लागली. हळूहळू वेलांनी आपला विस्तार वाढवला. महिना लोटला आणि फुलं धरली. सारं शेत महिन्या-दीड महिन्याच्या आत गालिच्यासारखं दिसायला लागलं. कवळी शेंग धरायला आणि शेवटचा पाऊस चांगला पडायला गाठ पडली. हळूहळू रस्त्यावरून जाणारा येणारा वेल उपटू लागला आणि इथूनच कृष्णाच्या काळजीला सुरुवात झाली.

पाळीपाळीनं कृष्णा आणि लक्ष्मी शेताची राखण करू लागली. शेंग पुरी भरली. वेलावरच्या कवळ्या पानांना पिवळी कड मारू लागली, तसतशी कृष्णाची काळजी वाढली. हे पीक आता काढायचं कुणी? हा मोठा प्रश्न त्याला सतावू लागला. डुबालवाडीची वस्ती फार तर चारशे-पाचशेच्या आतबाहेर. सुगीची घाई उडालेली. सारा गाव शिवारात गुंतलेला. आपल्या घरची कामे सोडून कोण जाईल दुसऱ्याच्या शेतात? शेंग तर पुरी भरलेली. काढायला वेळ करून भागणार नव्हतं. एखादा जरी अडोळशाचा पाऊस पडला तरी आलेल्या पिकाला कोंब फुटायला वेळ नव्हता. आकाशात मोड धरून आलं की कृष्णाच्या पोटात गोळा उठे. ऊन जरा तापायला लागलं की त्याला घाम फुटे. कृष्णानं आपल्या बायकोकरवी साऱ्या गावातल्या बायकांना सांगून बघितलं, पण कुणीच कबूल झालं नाही. त्यातच लक्ष्मीला दुसरा महिना होता. पहिलटकरीण असल्याने तिला फार त्रास होत होता. सकाळसंध्याकाळ ती ओकाऱ्या काढीत होती आणि म्हणूनच दिवस मावळायच्या आधीच कृष्णा घरला परतत होता व घराच्या जोत्यावर बसून आढ्याकडे बघत विचार करीत होता.

त्याच वेळेला समोरच्या रस्त्यावरून जात असलेल्या दत्तूचं लक्ष कृष्णाकडे गेलं. तो त्याच्याजवळ येत म्हणाला,

'काय किस्नादा, बायकोच्या संगं बसून ओकाऱ्या काढतोस का काय?' आणि येवढं बोलून तो हसू लागला.

'तसं न्हाई दत्त्या, काळजीनं डोकं फिरायची वेळ आलीया बघ!'

'मग असं जोत्यावर बसून काळजी दूर होती व्हय? चावडीकडं चल. सारी जमली असतील तिथं, चार गप्पा झोडू, वाइच पानतंबाखू खावू, तवाच डोकं गरगरायचं थांबल तुझं.' असं म्हणून त्यानं कृष्णाला ओढलं.

दत्तू व कृष्णा जेव्हा चावडीत पोहोचले, तेव्हा तिथे सारे जमलेले त्यांच्या नजरेला पडले. इकडच्यातिकडच्या गप्पा होता होता कृष्णा आपली काळजी विसरून त्या गप्पांत सामील झाला. हळूहळू गप्पा पीकपाण्याकडे वळल्या, तेव्हा त्यातलाच एक म्हणाला, —

'यंदाचं पीक काय नामी आलं व्हतं! जरा पिकावर कानी पडली, न्हाई तर रुपयांतलं सतरा आनं पीक. तरीबी धा आनं तरी पीक गवसल...'

पिकाचं बोलणं निघताच कृष्णा परत गप झाला. पुन्हा त्याचे विचार सुरू झाले.

त्याच वेळी त्याला कुणी तरी विचारलं,—

'का किस्ना, बोलंनास? तुला काय झालं दातखिळी बसवायला. अरं, साऱ्या वाडीच्या शिवारात तुझ्यासारखी शेंग न्हाई आली. आक्षी नजर लागावी असं पीक हाय यंदा. सावकारांची देणी भागवून उलट पैसा पदरी बांधून ऱ्हातोस की न्हाई बघ.'

'ते खरं, पन कवा? पीक पदरात पडंल तवाच नव्हं?' कृष्णा म्हणाला.

'म्हंजे!'

थोडंसं चिडूनच कृष्णा म्हणाला, 'म्हंजे काय? कानी सांगतोय का काय? गेलं धा दीस माझी कारभारीन तुमच्या साऱ्यांची घरं फिरून आली. पण शेंग काढायला एक बाई तयार न्हाई. माणसंच न्हाई मिळाली तर पीक शेतात असून काय करायचं? तुमा सगळ्यांच्या शिवारात काम; मग माझ्या गरिबाच्या शेताकडे कोन बघंल?'

दत्तू उठत म्हणाला, 'अरं, मग असं डोक्याला हात लावून रडून मानसं मिळत्यात व्हय? पावनेर कर किस्नादा! बघ एका रातीत शेत उलथंपालथं होतं की न्हाई.'

'पावनेर?' कृष्णा उद्गारला.

'अरं व्हय! आता वखत न्हाई म्हणून काय शेत तसंच पडून द्यायचं! मग गावात गावकी कसली! शेंग वेचायचं काम बायकांचं खरं, पण येळ पडल्यावर काय करायचं? उद्या पावनेर करतो म्हन, बघ इथं बसलेली सारी गोळा करतोच, पन गावातलीबी आठदहा पोरं गोळा करतो. दिवसा शिवारातनं मोकळीक न्हाई मिळत तर मग रातीचं राबू! रातभर चांदनं फेक असतंय. गावानं मनात आनलं तर रातीला जाळ्या उपटू आणि सकाळचं नांगर मारून शेंग वेचू; हाय काय त्यात? कसं मंडळी?'

तिथं बसलेल्या साऱ्या मंडळींनी उत्साहाने 'हो!' म्हणून माना डोलावल्या व सारे कृष्णाकडे पाहू लागले. कृष्णालापण त्यावर काय बोलावं हे सुचेना. कोणत्याही उपायाने शेंग काढणं अत्यंत आवश्यक होतं. पावनेर करूनदेखील त्याला ते महाग पडणार नव्हतं.

'कसला इचार करतोस, किस्ना?' दत्त्याने त्याला भानावर आणले.

'तसं नव्हं, दत्तू! ह्या गोष्टी काय तोंडातून आल्याबरोबर होण्यासारख्या का हाईत? इसलामपूरचा बाजार अजून पाचसहा रोजावर. पावनेर करायचा म्हटलं की सारी तयारी होवी; तर त्यात गोडी.'

'तयारी कसली? इरून फिरून एक बकरं मारायचं येवढंच नव्हं?'

'पन ते तर वक्ताला हातात पायजे का नको?'

सारे गप बसले. कृष्णाचं म्हणणं साऱ्यांना पटलं. आता ह्यातून तोड काय काढावी ह्यावर सारे विचार करू लागले. दत्तू पावनेराचा बेत हुकणार असं वाटून खट्टू झाला. त्याच वेळेला तिथं बसलेला विठू शिंदेला एक कल्पना सुचली. डुबलवाडीच्या सावकारीची वसुली तोच करीत असे. त्यामुळे गावात थोडासा त्याचा

वचक होता. तो हळूच म्हणाला,

'विठाक्काचं पालव मिळालं तर?'

विठाक्का म्हणजे डुबलवाडीचा दरारा. कोणी तिच्या तोंडाला लागत नसे. म्हातारी इतकी खाष्ट की बोलायची सोय न्हाई. घरात एकटीच भुतासारखी राहात असे. तिचा एकुलता एक पोरगा मुंबईत गिरणीत काम करीत असे. तो वर्षातून पंधरा दिवसच गावाला येत असे. पण आईच्या तोंडाला कंटाळून रजा संपायच्या आतच परतत असे. त्याच विठाक्काच्या पालव्याचे नाव काढताच सारे दचकले.

'छे! छे!' विंचू डसल्यासारखं करून कृष्णा म्हणाला, 'म्हातारीचं पालव परान गेला तरी मिळायचं न्हाई! नाव काढू नगा त्याचं.'

'त्याची नको तुला काळजी! बारा रुपये काढ. पालव आणायची जिम्मेदारी माझी.' विठूने खात्री दिली.

कृष्णाला काय बोलावं हे समजेना. साऱ्या जमलेल्या मंडळीला हुरूप चढला. साऱ्यांच्या आग्रहाने कृष्णाने घरला जाऊन पैसे गोळा करून आणले, व विठूच्या हातात टाकले. विठू चटकन उठून 'आता पालव हजर करतो' म्हणून बाहेर पडला.

विठू जेव्हा विठाक्काच्या घरासमोर येऊन ठेपला तेव्हा त्याला ते पालव दारातच बांधलेलं दिसलं. विठूनं आजवर पाटलांच्या हुकमाने अनेकांची भांडी घराबाहेर काढली होती. ते करण्यात त्याचं काळीज दगडाचं बनलं होतं. तरीही विठाक्काच्या घरासमोर उभं राहताच त्याची छाती धडधडू लागली. त्यानं धीर करून हाक मारली,

'विठाक्काऽऽ!'

'कोण रंऽ?' असा कर्कश आवाज काढीत म्हातारी बाहेर आली. तिचे हात पिठात माखले होते. भाकरीला बसली असावी ती. तिला पाहताच विठू कसाबसा बोलला,

'मी विठू!'

'का रं? अगदी सांच्यापारी आलास?'

'तसं नव्हं अक्का, पण सावकारांनी धाडलं म्हणून आलो.'

'का रं?'

'गेल्या वर्साला सावकाराच्याकडनं आठ रुपायं धा दिसाच्या बोलीनं घेतलं होतंस ते इसरलीस जणू!' विठूला येव्हाना धीर आला होता.

'ते मागायपायीच आलास काय रं?' म्हातारी नरम येऊन बोलली.

'व्हय!'

'अरं, पण अता हे दीस सुगीचं का काय? पोरानं अजून पैका धाडला न्हाई. अता रं कुठलं पैसं?'

‘मग काय तरी ईक आणि पैसं दे. सावकारानं उद्या पैसं हजर झालंच पायजे म्हणून सांगितलंया.’

म्हातारीला जरा संशय आला आणि ती म्हणाली, ‘पाटील तर कोल्हापूरला गेलाय आणि तुला रं कवा त्येनं सांगितलं?’

विठू थोडासा गोंधळला. एकदम त्याला उत्तर सुचलं नाही, पण क्षणात सावरून तो म्हणाला, ‘जातानाच सांगून गेला होता. उद्या येणार हाईत ते. तुझ्यापाशी येऊन कसं मागावं याचंच मला कोडं पडलं होतं म्हणून गप्प बसलो. आता नरड्यालाच लागल्यावर मी तरी काय करणार सांग, अक्का? उद्या सावकार आला आनि त्यानं तुझी मडकी बाहेर काढायला सांगितलं तर मी काय हुकमाचा ताबेदार...’

म्हातारी शेवटचे वाक्य ऐकून पुरी घाबरली. ती बाहेर येऊन विठूचा हात धरीत म्हणाली, ‘नको, विठू, असं नको करू. मरगाईशपथ माझ्यापाशी फुटकी कवढीसुदीक न्हाई दातावर मारायला. पैसं कुठून उभं करू सांग?’

‘मग हे पालव वीक!’

‘न्हाई! न्हाई! त्याची आई गेल्यापासून पोरागत जतन केलाय त्याला. त्याला न्हाई इकायचा.’

‘न्हायलं, उद्या त्याच्या संगं तूबी रानातनं फीर! माझं काय?’

‘असं काय रं लाकूड मोडल्यागत बोलतोस? त्याला बाजाराला न्यायचं म्हटलं तरी पाचसहा दीस तरी पायजेत. इथं एकदम कोन घेईल त्याला?’

‘हे बघ, विठाक्का, आपला कृष्णा-तो करणार हाय पावनेर. बहुशा त्यो घेईल पालव. त्याच्या गळ्यात घालतो हे पालव. कसं!’

‘बरं बाबा! पन काय देईल त्यो.’

‘पालव कोवळंच हाय, सहज देईल आठ रुपाये.’

म्हातारी क्षणात आपली मन:स्थिती विसरली व कडाडली,

‘थू द्वाडा! आग लागली तुझ्या तोंडाला. येऊ दे तुझा सावकार. सांगीन त्याला काय सांगायचं ते. सोन्यासारखं पालव आठ रुपायाला मागतोस?’

एवढं पाडून मागितल्याचा विठूला पश्चात्ताप झाला. पण त्यानं धीर सोडला नाही, हळूहळू बोलत बोलत त्यानं तो सौदा अकरा रुपयांवर तोडला. सावकाराचे पैसे कापून घेऊन उरलेले तीन रुपये तिच्या हातावर त्यानं ठेवले व म्हातारीच्या डोळ्यातलं पाणी न बघताच त्याने ते पालव उचललं आणि मानेवर टाकून तो चालू लागला. आत्ताच्या व्यवहारावर तो अगदी खूष होता. नुसत्या तासाभराच्या सौद्यात त्याला एक रुपाया सुटला होता. शिवाय पाटील म्हातारीच्या देण्याबद्दल शंकाच बाळगून होता. तेही त्यानं आज वसूल केलं होतं. उद्या रात्रीचा पावनेर आजच तोंडात घोळवत तो चावडीसमोर येऊन ठेपला. त्याच्या खांद्यावरचं पालव बघताच दत्तू

ओरडला, 'शाबास रं वाघा!'

पालव आलेलं पाहिल्याबरोबर कृष्णाला उद्याबद्दल शंका उरली नाही. तो साऱ्यांना उद्देशून म्हणाला, 'मंडळी, आता तुमच्याकडून खोटी हयगय होऊं देऊ नका.'

दत्तू म्हणाला, 'किस्नादा, काळजी नको करूस. उद्या शिवारातनं मानसं आली की तशीच होलपटून घेऊन येतो शेताकडं. तू जा आता घरला आणि लाग पावनेरच्या तयारीला. वीसएक माणूस तरी गोळा करून घेऊन येतो शिवाराकडं म्हणून सांग घरात. उद्या सारी शेंग—परवाचा दिवस उजडायच्या आत—तुझ्या पदरात घालून मगच आम्ही घरला परतू. कसं मंडळी?'

साऱ्यांनी तसा निर्वाळा देताच मोठ्या उत्साहाने कृष्णा घरला परतला. ती बातमी ऐकून लक्ष्मीलासुद्धा आनंद झाला. ती आपल्या कानशिलांवर बोटं मोडत म्हणाली, 'देव पावला ग बाई नवसाला!'

भल्या पहाटे कृष्णा जागा झाला तो जात्याच्या घरघराटानं. त्यानं पाहिलं तो लक्ष्मी जोरजोराने दळत होती. चिमणीच्या उजेडात जात्याची कडा पांढरीफेक दिसत होती. सुपातले जुंधळे भराभर मुठीनं लक्ष्मी जात्यात सोडीत होती. मधूनमधून घामेजलेला चेहरा ती पदरानं पुसत होती. तिला फार श्रम होत होते, तरी ती ओव्या म्हणतच होती. कृष्णाने पांघरूण झटकलं व तो उठला आणि लक्ष्मीचं जातं थांबवत म्हणाला,

'हे काय? एवढ्या रातीचं उठून दळायला काय घात उडाली का काय? पोटातल्या पोराची तरी सुदबुध हाय का न्हाई? ऊठ बघू. सोड ते जातं.'

'तर! आनि रातीला साऱ्यांच्या पोटात काय घालू? पडा जावा तुमी. माझं झालंच दळून.'

कृष्णा मुकाट्यानं परत झोपला. त्याच्या डोळ्यांसमोर शेंगेची पोती दिसायला लागली. बाजारात जरी शेंगेचा भाव पडला असला; तरी पिकाच्या अदमासानं त्याला भरपूर पैसे येणार होते. सावकाराचं देणं भागवून सहज त्याच्या कडोसरीला पाचपंचवीस रुपये शिल्लक पडणार होते. हे वर्ष त्याला आनंदाचं जाणार होतं. रानातल्या पिकानं व घरातल्या पाळण्यानं त्याचं घर भरणार होतं.

सकाळी उठून त्याने चार घरचे हारे गोळा केले. चारपाच टिकावं गोळा केली. पुन्हा साऱ्यांना रातीची आठवण दिली आणि तो शेताकडे गेला. शेतात जाऊन त्यानं झोपडी साफसूफ केली आणि आपल्या शेताकडे तो बघू लागला. वीस माणसांनादेखील एका रात्रीत हे सारं आटोपून होईल की न्हाई याचीच त्याला शंका वाटली.

दिवस अगदी कलला आणि लक्ष्मी भाकरी बडवायला बसली. दिवस मावळेपर्यंत भाकऱ्या बडवून तिने संपवल्या. बुट्टीत भाकऱ्या भरून ती शेताकडे पोहोचली, तेव्हा

कृष्णा पालव सोडून तिचीच वाट पाहात होता. तीन दगडांची चूल मांडून ती रश्श्याच्या तयारीला लागली.

दिवस मावळला. अंधार पडू लागला तरी कुणाचीच चाहूल लागेना. कृष्णा अस्वस्थ झाला व तो गावाकडे सुटला. वाडीच्या बाहेरच एकजण भेटला, व 'हा काय, आत्ताच शिवारातनं आलो. तू हो म्होरं. चूळ भरून आलोच नव्हं का शेतावर!' म्हणत तो सटकला. पाचसहा जणांची घरं फिरून कृष्णानं पुन्हा आठवण दिली तोच दत्तू त्याला गाठ पडला. त्याला बघताच कृष्णा म्हणाला, —

'दत्तू, अरं दिवस मावळला तरी एकाचाबी पत्त्या न्हाई. कसं व्हायचं! कारभारीन तर कवाच्यानं जेवन करून बसलीया! अन् तू अजूनपातूर काय करत होतास?'

'किस्नादा, काय विचारू नकोस. सकाळीच काम लागलं. इस्लामपूरला गेलो व्हतो. आपला बाळक्याचा बा दोनपरी संपला. त्याला कसाबसा पोचवला तो सुटलोच तिथनं. एकदा सबूद दिला तो काय फिरवायचा? तू काळजी नको करूस. कालच पुनव झालीया; रातभर चांदनं हाय. कामाचा निसता पीट पाडू. तू हो म्होरं. मी साऱ्यांना हाटकून येतोच संगं.'

चंद्र उगवला आणि सारे हसत खिदळत येऊन थडकले. जरा पानतंबाकू झाल्यावर कृष्णा उठला व झोपडीतून त्यानं उदबत्त्या, कापूर, नारळ—आणलं. उदबत्ती, कापूर पेटवून त्यानं नारळ फोडून शेताची पूजा केली. साऱ्यांना खोबरं वाटलं आणि म्हणाला,

'लागू या नव्हं कामाला?'

'तर तर!' म्हणत साऱ्यांनी अंगावरची घोंगडी बाजूला केली. खुरपी हातात घेतली आणि वेल उपटायला सुरुवात केली. तोच दत्तू तिथे येऊन पोचला. झोपडीत जाऊन त्याने एकवार डोकावलं व कृष्णाकडे येऊन म्हणाला,

'किस्नादा, जेवनाची तयारी तर बेस झालीया, पण एक तयारी त्यात कमी हाय!'

'कोणती रं?'

'बाटलीबिगर गम्मत न्हाई पावनेरला!'

'दारू!' कृष्णा दचकून ओरडला, 'न्हाई, दत्तू ते न्हाई व्हायचं. अरं, रस्त्याच्या कडंला आपलं शेत. पोलीसबिलीस आलं तर जन्माची बेगमी व्हायची.'

'अरं गप्! म्हाइत हाय पोलिसाला भिनारा. अशा थंडीत कशाला उलथतोय पोलीस हितं! अशा थंडीत उबंला बाटली नसंल तर आपल्याच्यानं न्हाई व्हायचं. असल्या भटकीनं न्हाई भागनार किस्ना, कसं मंडळी?'

त्याबरोबर एकजणानं त्याला साथ दिली, 'तर काय! दारूबिगार पावनेर कधी झाला व्हता का काय? मुलखावेगळी कुठली ही रीत!'

'असं रागावताय काय? ऐन येळला कुठली दारू मिळंल?'

'पैसे दे. आत्ता आनतो.' दत्तू म्हणाला.

कुरकुरतच कृष्णाने त्याच्या हातावर बटव्यातली एकुलती एक दहा रुपयांची नोट ठेवली. ती नोट घेऊन दत्तूने विठूच्या हातावर ठेवली व म्हणाला, 'विठ्या पळ आता. सरळ सावकाराचा मळा गाठ. रातदीस तिथं भट्टी असतीया गुऱ्हाळात. मिळंल तितक्या बाटल्या आन. हात हलवत नगं येऊस. जा, पळ.'

विठू गेला तशी पुन्हा कामाला सुरुवात झाली. भराभर जाळ्या खांदून निघत होत्या. जाळ्यांचं छोटं ढीग मागं रचीत माणसं पुढं सरकत होती. तासाभरात दीड खळं होईल इतकं शेत मोकळं झालं तोच चांदण्यातून विठू येताना दिसला. विठू आहे अशी खात्री होताच साऱ्यांचे हात थांबले. विठू जवळ आला. दत्तूनं विचारलं, 'काय विठू, हात हालवतच आलास जणू!'

'तर! हात हालवत येतोय!' असं म्हणत खांद्यावरच्या घोंगड्याच्या बखळीतून त्यानं बाटल्या काढल्या. सारे 'शाब्बास रे पठ्ठे' म्हणून उठले व त्याच्याभोवती गोळा झाले. त्याबरोबर विठू सांगू लागला. 'उगीच शाबासकी नको. धा रुपयांत दारूच्या पाच बाटल्या कधी आल्या व्हय? पदरचं तितकंच पैसं घातल्यात ते आधी द्या, मग हात लावा बाटल्याला.'

'पैसं कुठं पळत्यात का काय? कृष्णा देईल तुझं पैसं. पन बाटल्या आणायला उशीर बरा केलास?'

'अरं, मी गेलो म्हणून ह्यातरी बाटल्या मिळाल्या! मी जवा का तिथं पोचलो तवा ठरलेल्या ठिकाणाला कशाचाबी पत्त्या न्हाई. सारी भट्टी पार उसकटून दिली व्हती. मीच त्यांना मग दम भरला. म्हणालो, 'बऱ्या बोलानं मला आता बाटल्या द्या, न्हाईतर पाटील आल्याबरोबर मी त्यांना शाप सांगीन की, पाटील, तुमच्या गुराळात दारू काढत्यात म्हणून!' जवा का असं बोललो तवा सारे हादरले आणि गुपचूप सवतासाठी ठेवलेल्या बाटल्या दिल्या काढून. दत्त्या, अशी नामी दारू बघतो म्हणालास तरीबी बघायला मिळायची न्हाई. अरं, काडी लावून बघितली. पेटती काडी धरायचा अवकाश की भा ऽ ऽ प.'

जशा बाटल्या आल्या तसं कुणाचं चित्त कामावर लागेना. थोड्याच वेळात दत्तू म्हणाला,

'किस्नादा, जेवन करूनच कामाला लागू. थंडीबी बरीक पडलिया. अंगात ऊब आल्याबिगार न्हाई हात झपझप चालायचा. कसं मंडळी?'

एवढं बोलून दत्तू बोलायचा अवकाश साऱ्यांनी काम थांबवलं व ते कृष्णाकडे बघू लागले. कृष्णा जरा कठोरपणोच म्हणाला, 'दत्त्या, ही काय रीत झाली पावनेराची? काम संपल्याबिगार जेवन?'

दत्तूनं फाडकन जबाब दिला, ‘म्हंजे! नोकरीनंच कामावर आलो म्हनंनास का? दिवसभर शिवारात राबून तुझ्या शेतात रातीच परत आलो तीच चूक आमची! ज्याचं करायला जावं भलं तो म्हणतो आपलंच खरं. काल डोक्याला हात लावून बसलास म्हणून आनलं साऱ्यांना. अरं, काम का कुठं पळतंय? झुंजूमुंजू व्हायच्या आत सारं शेत पालथं करू तवाच आमी इतनं हालू. कल्पना कर मर्दा, दिवसभर शिवारात राबून परत रातभर उपाशी पोटी कसं राबायचं माणसानं? भारी भुका लागल्यात. सगळ्यांस्नी! कसं मंडळी?’

‘खरं हाय! खरं हाय!’ म्हणत सारे उठले. कृष्णा जरा खट्टू मनानेच तयार झाला. साऱ्यांनी हात धुतले. दत्तू कृष्णाला बाजूला घेऊन म्हणाला,

‘हे बघ किस्नादा, अता तुझ्या लक्ष्मीला घरला जायला सांग. सारी अता वाईच दारू घेनार. इथं एकली बाई मानूस बरी न्हवं. तवा तिला अताच दे पाठवून. फार झालं तर सकाळी येरवाळीच येऊ दे शेंगा वेचायला.’

कृष्णालाही ते पटले. त्यानं लक्ष्मीला घरला पाठवून दिलं. बघता बघता साऱ्यांनी दारूला हात घातला. तीन बाटल्या संपल्यावर सारे जेवायला बसले. रस्सा, भाकरी, कांदा आचकतमाचकत खाऊन सारे उठले. साऱ्यांचे ते बरळणं, झिंगणं कृष्णा डोक्याला हात लावून बघत बसला होता. चंद्र डोक्यावरनं कलला. तेव्हा तो म्हणाला, ‘गड्यांनो, लई येळ झाला.’

‘अरं, कुठला येळ झाला. मिरगाचं नक्षित्र अजून डोक्यावर न्हाई आलं. जरा थोडी घेऊ, आनी लागू कामाला ते थेट सकाळपातूर.’

पुन्हा प्रत्येकानं प्यायला सुरुवात केली. थोड्या वेळानं सारे कामाला लागले. त्यातले दोघंजण शेकोटीजवळ शेंगा भाजत बसले. काम करता करता त्यातल्या एकादोघांचं भांडण झालं आणि ते वाढता वाढता हातघाईवर आले. कृष्णानं दोघांच्या हातापाया पडून ते भांडण थांबवलं व पुन्हा कामाला सुरुवात झाली.

बराच वेळ काम चाललं असता कुणाची तरी चाहूल त्यांना लागली. चांदण्याच्या धूसर उजेडात पाच-सहा माणसांच्या सावल्या रस्त्याने येत होत्या. दत्तूने हाक घातली, ‘कोन त्ये?’

पण उत्तर आलं नाही. बाकीचे घाबरले. दत्तू चिडला आणि एक शिवी उच्चारत तो म्हणाला, ‘अता बऱ्या गुमान ओ देता का हाणू दगडाचा टिप्पीराऽ ऽ?’

दत्तूच्या तोंडून एवढे शब्द पुरते बाहेर पडतात न पडतात तोच; त्यांच्या डोळ्यांवर झाक् झाक् बॅटऱ्यांचे उजेड पडले. दिपलेल्या डोळ्यांनी त्या उजेडाकडे बघताना दत्तूला उजेडात चमकलेले तीन पट्ट्यांचे काळे चप्पल दिसले. तसा तो ओरडला, ‘पऽऽपऽपोलीसऽ!’

पोलिसाचं नाव ऐकताच कृष्णाच्या तोंडचं पाणी पळालं आणि कसलाही

मागचा पुढचा विचार न करता तो धावू लागला. फौजदाराने त्याच्यावर बॅटरीचा उजेड टाकून 'थांब' 'थांब!' म्हणत कमरेचं पिस्तूल काढलं व हवेत बार काढला. त्या बाराचा आवाज ऐकताच कृष्णाचं उरलंसुरंल अवसान नाहीसं झालं आणि तो उतरंड ढासळावी तसा ढासळला, —तो फौजदाराने कमरेत लाथ घालीपर्यंत उठलाच न्हाई. पोलिस यायच्या आधीच दत्तूने उरलेल्या बाटल्या दणदण आपटून फोडायचा प्रयत्न केला, पण हिरव्याचार वेलीवर पडल्यामुळे त्या कुठल्या फुटायला! फौजदाराने व पोलिसांनी हां हां म्हणता साऱ्यांना वेढले. एकाचे मुंडासे हिसकावून साऱ्यांचे हात दावणीच्या बैलासारखे बांधले. फौजदार मिळालेल्या शिकारीवर खुश होऊन मिशीला पीळ भरीत आपल्या साथीदाराला म्हणाले,

'काय गनपा, शेवटी साधलं का नाही?'

'पन साहेब, मोठी शिकार गेलीच की!'

थोडं मनात नाराज होऊन फौजदार म्हणाले, 'अरं, आज तो पाटलाचा मळा सुटला खरा, पन सापडेल आज ना उद्या. जरादेखील पुरावा नाही ठेवला त्यांनी जाग्यावर. कसं का होईना, पण इथला तर दूम लागला की नाही? जरा फेरा पडला. अरे, वाघाच्या शिकारीला बाहेर पडल्यावर नेहमी काय वाघच मिळतो? एखाद्या दिवशी कोलं तर कोलंऽ! बरं, चला अता आटपा. उगीच उशीर नको. दिवस उजाडायच्या आत इस्लामपूरला पंचनामा करून घेऊन जाऊ.'

पहाटेचं भगाटायच्या वेळेला सारे चावडीत आणले गेले. साऱ्यांना चावडीत कोंबण्यात आलं. झाल्या प्रकाराने सुन्न होऊन गेलेल्या कृष्णाला समोरून आक्रोश करीत येणाऱ्या आपल्या लक्ष्मीकडं पाहायचंसुद्धा भान राहिलं नाही.

१९५२

◆

भजन

•❋•

दिवेलागण होऊन बराच वेळ झाला होता. साऱ्या गावावर शांतता पसरली होती. नाही म्हणायला एखाद्या कुत्र्याचा आवाज अधूनमधून उठत होता. वाऱ्याच्या झुळकेबरोबर गावच्या मारुतीच्या देवळात चाललेल्या भजनाचा अस्पष्ट सूर केव्हा तरी कानांवर पडत होता. गावच्या चांभारवाड्यात हळूहळू सामसूम होत होती. विठा चांभाराच्या आखनात हळूहळू एकेकजण येऊन बसत होता. आखनात येताच समोरच्या भिंतीत रुतवलेल्या मारुतीच्या मूर्तीला नमस्कार करून जो तो सोयीची जागा बघत होता. जसे पाचसात जण येऊन बसले तसे विठाने उठून आपले साहित्य गोळा करावयास सुरुवात केली. लाकडी खोका, अरी, टोच्या, चांबड्याच्या वाद्या, सारे गोळा करून एका कोपऱ्यात नीटपणे ठेवून दिले आणि गप्पांत तोही मिसळला. चिलमीचा धूर निघू लागला. पानाच्या पिचकाऱ्या पडू लागल्या. तेवढ्यात गेना चांभार आला. विठाने विचारले,

'रामा आला न्हाई?'

'ईल इतक्यात. भाकरी खातुया. चांबडं आनाया गेला व्हता. आताच आला.'

'मिळालं?'

'न मिळाया काय झालं? त्यो काय तसाच हात हालवत येनारा हाय व्हय? चार रुपयाला कसलं झोकबाज चांबडं मिळवलं त्यानं?'

'लई उलाढाल्या बाबा!' विठाने शेरा दिला.

गेना आला. मारुती आला. भिम्या आला. सारी भजनाची मंडळी आली. पण रामाचाच पत्ता नव्हता. सारे त्याची वाट बघत होते. हळूहळू जागा भरत होती. राघू चांभाराने येऊन आपल्या काखेतले पोर एका बाजूला घोंगडे पसरून नीट झोपवले, पेटी काढली, एकदा पेटीवरून फुंक मारून भाता उघडला. भाता मारत तो त्या पेटीतून सूर काढू लागला. जसा सूर बाहेर पडू लागला तशी आणखीन माणसे येऊन बसू लागली. मध्ये पडलेले टाळ घेऊन पोरे आवाज काढीत होती. आलेली मंडळी

खोकत, गप्पा मारत बसली होती. म्हातारे अंग लपेटून, मुरडून बसले होते. सारे आखन म्हातारे, तरणे यांनी भरून गेले. त्याच वेळी तोंड पुसत रामा आला. वाट करत तो आत शिरला. देवाला नमस्कार करून त्याने खुंटीवरचा मृदंग काढला.

मृदंग घेऊन रामाने बैठक मारली आणि मृदंगावर थाप दिली. मृदंग धबधब वाजला. शाई थोडी बोलली.

कपाळावर आठ्या घालत रामा म्हणाला, 'नवी चाई चडवायला पाहिजे. ही कार्टी दिवसभर सारखं मुरदंग बडवत्यात.'

विठाने पिठाचा गोळा व पाण्याचा तांब्या रामासमोर ठेवत त्याला संमती दिली. पेटीने सूर धरला. रामा मृदंग लावू लागला. थोडा वेळ ठोकठोक करून मृदंग लावला गेला. टाळाबरोबर खेळणारी पोरे टाळ ठेवून मागे सरकली. पिठाचे पूट चढवून रामा मृदंग वाजवू लागला. टाळाचा जोड भिमाने उचलला. त्याच्या पाठोपाठ गेना, मारुती, रुप्या—साऱ्यांनी उरलेले जोड उचलले.

भिमा टाळ घेत म्हणाला, 'ह्यो मुरदंग कामाचा न्हाई. लई कडक बोलतुया. कितीबी पट्टीत आवाज लावला तरी भाईर आवाज जातच न्हाई.'

'व्हय, व्हय.' टाळकरी म्हणाले.

'गेल्या खेपेला भुईवाड्यात गेलो व्हतो भजनाला. लई जोड चांगली व्हती. असा का आवाज लावला-सारी हरकून गेली.'

'खरं?'

'तर काय! उजाडस्तवर भजन म्हनालो. पन दम म्हनून लागला न्हाई!'

तेवढ्यात एक म्हतारा म्हणाला, 'भिम्या, आता कर सुरू. लई येळ झाला.'

मारुतीच्या समोर लावलेल्या पणतीचा उजेड आखनात अंधुक पसरला होता. भिम्याने एकदा त्या म्हाताऱ्याच्या दिशेने पाहिले व तो विठाला म्हणाला,

'मोठा कंदील कुठं हाय?'

विठाने गडबडीने कंदील पेटवला. ते आखन जरा जास्त प्रकाशले. भिमाने आवाज लावला. रामाने मृदंगावर थाप मारली. राघूने पेटीचा सूर धरला. टाळकरी भिमाच्या तोंडाकडे पाहू लागले. भिमाने हात जोडले. साऱ्यांनी हात जोडले. भिमाने पट्टीचा आवाज काढला—

'मारुतिराया बलभिमाहो...'

नमन संपताच भिमाने 'जय जय राम कृष्ण हा ऽ री-' म्हणायला सुरुवात केली. टाळ वाजू लागले. पेटी साथ करू लागली. भिमाच्या पाठोपाठ सारे ओरडत होते. टाळकरी माना डोलवत टाळ बडवत होते. रूपाचे अभंग संपले आणि 'विठ्ठलरखुमाई'चा गजर सुरू झाला. पेंग घेणाऱ्या म्हाताऱ्यांनी डोळे उघडले. क्षणाक्षणाला लय वाढत होती. टाळकऱ्यांचा मेळ केव्हाच संपला होता. 'खण् खण् खणक्' असा नाद घुमत

होता. रामा वाकून वाकून मृदंग बडवत होता. राघू भाता जोरजोराने रेटत त्या मोडक्या पेटीची साथ देत होता. भिमाच्या पाठोपाठ सारे शिरा ताणून 'विठ्ठल रखुमाई-' चा गजर करीत होते. त्या वेळी एक पोरगे तेथे धावत आले. पण कुणाचेच लक्ष त्याच्याकडे गेले नाही. ते पोर किंचाळले—

'गेनाऽ! ए गेनाऽ!'

क्षणात सारे त्याच्याकडे पाहू लागले. भजन थांबले. गेनाने विचारले,

'काय रं?'

'गेना, तुझी बायकू पळून गेली!'

'आ?'

'चल घरला. तुझी म्हातारी जमीन धरून पडलीया!'

गेना टाळ टाकून ताडकन् उभा राहिला आणि वाट काढत तावातावाने बाहेर पडला. त्याच्या पाठोपाठ मागे बसलेले आठदहा जण उठले आणि बाहेर पडले.

रामा मृदंगासाठी बसून राहिला. राघू पेटीत अडकून पडला. भिम्याला भजन म्हणायचे होते आणि टाळकरी पोरांना त्याच्यामुळे उठायचा धीर होत नव्हता. चार म्हातारे आणि भजनी मंडळी एवढीच तिथे राहिली होती. भिम्या म्हणाला,

'रोज पळून जानार ही-कुणी धावावं तिच्या मागं?'

'गावचं शेण खायला सोकावलिया ती! ती ऱ्हातिया व्हय?' एक म्हातारा म्हणाला.

'ह्या गेन्यातच दम न्हाई!' एक टाळकरी म्हणाला.

'गेन्याची काय चूक? तीच तसली हाय!' राघूने निर्वाळा दिला आणि गेन्या आणि त्याची बायको यांच्यावर बघता बघता गप्पा रंगल्या. शेवटी एक म्हातारा म्हणाला,

'अरं, भजन करणार का गप्पा मारनार?'

भजनी मंडळीने अंग सावरले. भिम्याने अभंग सुरू केला. टाळांचा खणखणाट पेटी-मृदंगाच्या आवाजात उठू लागला.

रात्र चढली होती. चांभारवाड्यापुढे पाणी भरून टांगलेल्या चामड्याचा उग्र आंबट वास वाऱ्याच्या झुळकेबरोबर आखनात घुमत होता. भजनी मंडळी भजन म्हणत होती तरी त्यात रंग भरत नव्हता. सारे अस्वस्थ झाले होते. भजनात जीव गुंतवायचा प्रयत्न करीत होते. एकदोन अभंग कसेबसे संपले. तिसऱ्या अभंगाचा शेवट चालू होता. भजनाला जरा जीव धरत होता. अभंगाचे शेवटचे चरण सुरू होते...

'तुका म्हणे तुम्ही देवाचे हो देव--'

तुकारामाच्या गाथेतही न सापडणारा अभंग भिमा शिरा ताणताणून सांगत

होता. त्याच्या गळ्यावरची शीरन्‌शीर तट्ट फुगली होती. घामाघूम होऊन रामा मृदंग बडवत होता. पेटी धापा टाकत राघूच्या लुकड्या बोटांबरोबर किंचाळत होती. साऱ्यांच्या माना डुलत होत्या. भजन अगदी रंगात होते.

पण त्याच वेळी त्या साऱ्या आवाजापेक्षाही मोठ्याने ठोकलेली बोंब साऱ्यांच्या कानावर पडली.

मृदंगावर मारण्यासाठी उचलेली थाप जिथल्या तिथेच घोटाळली. पेटीवर पडलेले बोट तिथेच थांबले. टाळ गप झाले. भिमाने उघडलेले तोंड जसेच्या तसेच राहिले. एक म्हातारा ओरडला, 'ऐका.'

पेटीवर पडलेल्या बोटाने एक सूर निघत होता. गडबडीने राघूने बोट काढून घेतले. सारे शांत झाले. ऐकू लागले.

आणि परत बोंब आणि ओरडा कानावर आला. आवाज बाईचा होता. गेनाच्याच घराच्या बाजूने तो आला होता. तेवढ्यात एक माणूस धावत आला. कुणी तरी विचारले,

'अरं, काय झालं?'

'गेनाची बायकू सापडली. पांदीतच गावली गेनाला.'

'काय म्हणतोस?' रामा म्हणाला.

पुढचे ऐकायला तिथे कुणी थांबलाच नाही. रामा उठला आणि बाहेर पडला. पेटीवालाही त्याच्या पाठोपाठ गेला. टाळकऱ्यांनी एकदम भिम्याकडे पाहिले आणि टाळ टाकून तेही उठले. भिम्या जेव्हा बाहेर पडला तेव्हा आखनात झोपवलेल्या पोराखेरीज कोणी नव्हते.

सारा चांभारवाडा गेनाच्या घरासमोर गोळा झाला होता. बायका डोळे चोळत दूर उभ्या राहून ऐकत होत्या. गेना आणि त्याची आई गेनाच्या बायकोला बडवत होती. तोंडाने शिव्यांचा पट्टा धावत होता आणि गेनाची बायको ओरडत, बोंबलत जमिनीवर गडबडा लोळत होती. सारे ते दृश्य आसुसलेल्या डोळ्यांनी पाहात होते.

आणि भजनाच्या जागेला झोपवलेले पोर बंद पडलेल्या भजनाने आणि उठलेल्या बोंबीने जागे होऊन मोठ्याने किंचाळत होते.

१९५४

◆

पाठलाग

•❃•

पुणे-कोल्हापूर रस्त्यावर भैरूवाडीचा नाका लागतो. भैरूवाडीच्या ह्या हातावर दोन मिनिटे का होईना पण बस थांबते. उभे असलेले उतारू घेते; उतरणारे सोडते, आणि डांबरी रस्त्यावरून घरघरत निघून जाते. तेथून भैरूवाडीला जायचे म्हणजे बक्कळ दोन मैलांची वाट चालावी लागते. ह्या हातावर आजूबाजूच्या चार गावचे उतारू उतरतात. हातापासून थोड्याफार अंतरावर चारी दिशांना चार रस्ते फुटतात. जेथून रस्ते फुटतात त्या नाक्यावर भैरूवाडीच्या कृष्णा तांबोळ्याचे एकच एक हॉटेल वडाच्या सावलीत उभे आहे. इथे उतरणाऱ्या उतारूला ते हॉटेल सोडले, तर आजूबाजूला दृष्टिपथात काहीसुद्धा दिसत नाही. वैशाखाच्या उन्हात तर बाहेर तोंड काढायला माणूस धजत नाही. बाजूचा उघडा बोडका डोंगर आणि शिवार त्या खाईत शिजत राहतो.

देशरानावर कोणत्याही हॉटेलात सदैव वाजवणारा कर्ण्याचा फोनो कृष्णा तांबोळ्याच्या हॉटेलात नाही. त्याला त्याची गरज कधीच वाटली नाही. त्या हातावर उतरणारा प्रवासी, कोणत्याही गावचा असो, त्याला कमीत कमी दोन मैलांचा पायफेरा चुकणारा नव्हता. गावची वाट चालू लागण्याआधी कृष्णाकडे जाऊन चहापाणी केल्याखेरीज त्याला गत्यंतर नव्हते.

इस्लामपूरच्या पोलिस कचेरीत सब-इन्स्पेक्टर बसले होते. सकाळच्या वेळीही उकाडा जाणवत होता. कचेरीसमोर, जीप--पोलिस व्हॅन उभी होती. सब-इन्स्पेक्टर कचेरीत जमलेल्या सर्वांवरून नजर फिरवत होते. त्यांनी विचारले, 'मग कोण जाणार पुढे?'

सगळे एकमेकांकडे पाहात होते; पण कोणी पुढे झाले नाही. सब-इन्स्पेक्टरनी एकावर नजर रोखत विचारले,

'सदू, तू जाशील?'

'जाईन साहेब.'

'शाब्बास!' दुसऱ्यावर नजर टाकत सब्-इन्स्पेक्टर म्हणाले, 'विठ्ठल तू?'

'जातो साहेब!'

सब-इन्स्पेक्टर हसले. 'ठीक! सदू-विठू, लक्षात ठेवा; सारी जबाबदारी तुमच्यावर आहे. आंम्हाला नक्की बातमी आहे की रामू कोळी नेहमी तिथे येतो, कैक वेळा हॉटेलात वस्तीला राहतो; आणि सहा वर्षं सरकार त्याला पकडण्यासाठी धडपडत आहे. पण आपल्या खात्याला यश आलं नाही. कारण माहीत आहे?'

विठू-सदूंनी माना हलवल्या.

'त्याला कारण एकच. रामू एकटा आहे...'

'एकटा? पण मी तर ऐकलं आहे साहेब...'

विठू सांगत होता. त्याला थांबवत सब्-इन्स्पेक्टर म्हणाले,

'सगळं खोटं! तो एकटा आहे. धाडसी आहे. त्याच्याजवळ रायफल आहे. तिच्याखेरीज कुणावर त्याचा विश्वास नाही. सात खुनांचे आरोप त्याच्यावर आहेत. त्याला पकडू शकलो तर बढती मिळेल. नाव मिळेल. पण आज जर सोडला तर तो परत मिळणं कठीण!'

'साहेब!' सदू म्हणाला.

'काय?'

'तो दिसायला कसा आहे?'

'दिसायला? त्याच्यावर डोळे रोखून सब्-इन्स्पेक्टर म्हणाले, 'तुझ्यासारखा.'

इतर पोलिस हसले.

'हसता काय?' जमादार ओरडले. एकदम सर्व शांत झाले. 'सात वर्षं तपास चाललाय; पण त्याचं रंगरूप हातांत आलं नाही! एकाचा मेळ दुसऱ्याला नाही.'

'आन मग?' विठू म्हणाला.

'तेवढ्यासाठीच तुम्हांला पाठवतोय. तुम्ही जा. त्याचा पत्ता काढा. तो तिथे आल्याखेरीज राहणार नाही. तुम्ही घाबरू नका. आम्हीही सारे आजूबाजूला आहोत. सगळ्यांनी ध्यानात ठेवा. साधे कपडे, साधी चप्पल, पोलिसाचा वास येता कामा नये.'

सब इन्स्पेक्टरांनी घड्याळ पाहिले. नऊ वाजायला आले होते. ते म्हणाले, 'विठू-सदू-'

'जी साहेब!'

त्याच वेळी कचेरीबाहेर मोटारीचा आवाज झाला. कुणीतरी म्हणाले, 'साहेब आले.'

सब इन्स्पेक्टर उभे राहिले. इन्स्पेक्टर आत येताच साऱ्यांनी त्यांना सॅल्यूट ठोकला. त्याचा स्वीकार करून ते खुर्चीवर बसले. सब इन्स्पेक्टरकडे वळून त्यांनी विचारले,

'काय भोसले, काय झालं?'

विठू-सदूकडे बोट दाखवून सब इन्स्पेक्टर म्हणाले, 'हे दोघे दहाच्या गाडीनं पुढं जाताहेत. त्यांना सर्व सांगितलं आहे.'

'ठीक!' दोघांच्याकडे पाहात इन्स्पेक्टर म्हणाले, 'सर्व सुरळीतपणे पार पडलं पाहिजे. घोटाळा होता कामा नये. दहाची गाडी तुम्ही गाठा. भैरूवाडीच्या हातावर उतरा. आम्ही आजूबाजूला राहतो. रामू दिसला की शिट्या फुंका. हयगय करू नका. आज तो सुटता कामा नये.'

सॅल्यूट ठोकून दोघेही बाहेर पडले. जेव्हा ते स्टँडवर आले तेव्हा दोघांतही आमूलाग्र बदल झाला होता. विठूने डोक्याला पटका बांधला होता. अंगात साधा शर्ट घातला होता. धोतर व पायात कोल्हापुरी वहाणा होत्या. दसऱ्याचे त्याचे आवडते कपडे होते ते. सदूने अंगात कोट, डोक्यावर काळी टोपी, शर्ट, विजार हा वेष धारण केला होता. बरोबर दहाला गाडी सुटली. गाडीत फारशी गर्दी नव्हती. गाडी सातारपर्यंत जाणार होती. सदू म्हणाला,

'विठा, कसं करायचं?'

'चल तर खरं! पुढचं पुढं.'

सदू मात्र बऱ्याच विचारात पडला होता. तो काही बोलत नव्हता. खिडकीबाहेर बघत होता. पळणारी झाडे निरखत होता. विठू मात्र चुळबुळत होता, भैरूवाडीचा हात यायला सूर्य डोक्यावर आला.

गाडी हातावर थांबली. विठूने सदूकडे पाहिले आणि दोघेही उठले. बसमधून आणखीन दोघे-तिघे उतरले. सदू-विठू बाजूला जाऊन झाडाखाली उभे राहिले. चौफेर उन्हाचा ताव पसरला होता. बस निघून जाताच दोघांचे लक्ष प्रवाशांच्याकडे गेले. ते हॉटेलात शिरत होते. हॉटेल साधेच होते. विठू म्हणाला,

'आता रस्त्यावर उभं ऱ्हाऊन भागायचं न्हाई. चला राव.'

'मला न्हाई वाटत रामू ईल म्हणून.'

'कशावरनं?'

'इथं येऊन काय करनार त्यो? जवळपास गाव हाय का दडायला रान हाय? ह्या फोंड्या माळावर कशाला ईल त्यो?'

'न्हाई आला तर बरंच की.' विठूने साथ दिली. 'जीव काय नको झालाय कुनाला?'

'म्हंजे?'

'म्हंजे काय? अहो राव, सात खून पाडनाऱ्याला वर दोन काय जास्त हाईत?'

'व्हय! तेबी खरंच.'

'चला, हाटेल गाठूया. आपल्याला काय, चावडी सारव तर सारव. मामलेदार

कवा येनार ते कशाला पायजे?'

दोघे हॉटेलाकडे चालू लागले. हॉटेलच्या दारातच दोघांचे पाय अडखळले. तेथे त्यांच्याबरोबर आलेले प्रवासी बसले होते. तशा उन्हात चहा पीत होते. फराळाचे खात होते. दारातल्या टेबलाजवळच्या खुर्चीवर बसलेल्या व्यक्तीकडे नजर जाताच विठूच्या लक्षात आले की तोच मालक असावा. रंगाने काळा, अंगाने लुकडा, खोबणीत गेलेले डोळे, मानेवर पडलेले केस असा त्याचा अवतार होता. विठू-सदू बाकावर बसले. त्या इसमाने एकवार दोघांवर नजर टाकली. काही न बोलता तो उठला आणि आत गेला. पाण्याने भरलेले दोन कथलाचे पेले त्याने त्यांच्यासमोर आणून ठेवले. दोघांनीही उठून त्या पाण्याने चुळा भरल्या. तोंडावरून गार पाण्याचा हात फिरवला. विठू सोग्याने तोंड पुसत म्हणाला,

'मालक, दोन कप च्या आना.'

मालक परत आत गेला. विठूने पटका टेबलावर ठेवला. सदूकडे पाहात तो म्हणाला,

'च्याऽयला ऊन लै.'

'तर काय? शिजतंया नुस्तं.'

त्यांच्याबरोबर गाडीतून आलेल्या प्रवाशांपैकी एकाने विचारले,

'पावनं, कंच्या गावचं?'

'बह्याचं आमी.'

'म्हंजे बहे बोरगाव?'

'व्हय.'

तोवर मालक चहा घेऊन आला. दोघे सावकाश चहा पिऊ लागले. चहा पिऊन होईपर्यंत बाकीचे उठले आणि रस्त्याला लागले. आता हॉटेलात मालक आणि हे दोघेच उरले होते. कुणीसुद्धा राहिले नव्हते. बरोबर आलेल्या प्रवाशांपैकी ज्याने सदूला विचारले होते, त्याची मूर्ती सदूच्या डोळ्यांसमोरून हालत नव्हती. रुंदाड छातीचा, उंचापुरा इसम तो होता. पण इस्लामपूरपासून तो गाडीत होता. तो रामू असणे शक्य नव्हते. चहा पिऊन होताच सदूने आळस दिला व तो म्हणाला,

'विठू, लागूया नव्हं वाटंला?'

'का? ढुंगन टेकलं न्हाईस तोवर कुठं निघालास? काय तारीक हाय व्हय? बाहीर ऊन तरी बघ?'

सदू काही बोलला नाही. मालक खुर्चीवर जाऊन बसला. त्याने विचारले,

'कुठं जानार पावनं?'

'वाडीला.'

'कंच्या? भैरूवाडीला?'

'न्हाई. इराच्या वाडीला.'

'देवाला आलासा जनू.'

सदूने विठूकडे पाहिले. विठू गडबडीने म्हणाला, 'व्हय! गेल्या वर्साला ह्यो 'ईन' म्हनून बोलला व्हता.'

'पन जत्रा सोपून झालं दोन दीस.'

सदू-विठू क्षणभर गडबडले. सदू म्हणाला, 'जत्रंत कोन येनार? रेटारेटीत.'

'व्हय, तेबी खरंच.' मालक म्हणाला.

विठू मालकाच्या शेजारी ठेवलेल्या बरण्यांकडे पाहात म्हणाला, 'मालक, खायला आना काय तरी.'

'काय देऊ? लाडू? शेव, गाठी, चिरमुरं...'

'आना सगळं थोडं थोडं. सकाळधरनं पोटात अन्न न्हाई.'

मालक उठला. त्याने बशा भरून दोघांपुढे ठेवल्या. पाण्याचे पेले भरून ठेवले आणि मालक परत आपल्या जागी जाऊन बसला. लाडू तोंडात घालत सदू म्हणाला,

'ह्या! बेस्ट लाडू झालेत. मालक, तुमचंच हाटेल हे?'

'व्हय.'

'तुमी एकटंच चालवता?'

'असा काय व्यापार चालतोय ते नोकर ठेवनार? बघतायसाच की काय गिराईक हाय ते. चार तास पानी उकळत बसावं तवा दोन आने मिळायचं...'

'मग न्हाता इथंच?'

'न्हाईतर जानार कुठं हे सारं टाकून?'

'बाकी तुमचीबी छाती दांडगी.'

'ते कसं?' मालकाने विचारलं.

'माळरानावर, आजूबाजूला गाव न्हाई. दिवस-रात्र काढायची म्हंजे काय सोपी गोष्ट हाय?'

'कोन खातंय का काय मला?'

'हे तुमास्नी वाटतंय. मी निस्तं इराच्या वाडीला जातू म्हनलं तर घरातनं सोडंनात मला. ह्यो सोबतीला तयार झाला तवा सोडलं मला.'

'का?'

'वा राव! तुमी या भागातलं. आनी तुमाला ठाऊक न्हाई? त्यो तुमचा रामू गाजतोय आमच्या भागात.'

'कोन? रामू कोळी?' मालकाने विचारले.

'व्हय त्योच.' नकळत सदूने विठूला डिवचले.

'मग त्यो काय करनार हाय माझं? लई लई तर च्या पील आनी जाईल. काय

घेनार माझं त्यो?'

'व्हय, तेबी खरंच.' सदूने री ओढली. आपला पानाचा बटवा काढून विठूने सुपारी कातरायला सुरुवात केली. सुपारी कातरून होताच त्याने विचारले,

'मालक, पान घेनार?'

'घेऊ की.'

विठू उठला आणि त्याने मालकाच्या हातावर सुपारी ठेवली. तिघांनी मिळून पान खाल्ले. विठू म्हणाला, 'बाकी तुमचा रामू बहाद्दर.'

'कसला बहाद्दर? पोलिस झोपत्यात म्हनून हे उंडगत्यात.'

'म्हंजे?'

'म्हंजे काय? असा कोन टेकोजी लागलाय त्यो? सखारामासारखी मानसं गावली आनी रामू गावत न्हाई व्हय?'

'पन त्येला बघिटलाय कुनी? दिसला तर गावनार त्यो.'

'न दिसाया काय झालंय?'

'तुमी बघिटलसा त्येला?'

'एक डाव का धा डाव! परवाच जत्रंत दिसला मला त्यो. हजार मानसांतनं फिरत व्हता त्यो.'

'कसा हाय वो त्यो?'

एकवार विठूकडे पाहून मालक म्हणाला, 'जरा उठा बघू.'

विठू नकळत उठला.

'ह्यांच्यापरीस चार बोटं उचच व्हईल त्यो. आनी जाडी मातूर दिडीनं.'

सदूने टेबलावर हात ठेवले होते. त्यांच्याकडे बोट दाखवत तो म्हणाला, 'असली दोन मनगटं घातली तर तेचं एक म्हनायचं! तयारीचा राव!'

'कधी तुमी बोललासा त्याच्याबरोबर?' विठूने विचारले.

'लई येळा. कवातरी येतो त्यो!'

'इथं?'

'व्हय. वाघ हाय का काय त्यो? तेच्या वाटंला गेलं न्हाई की देवमानूस?'

'सात खून पाडलं आनि देवमानूस कुठला? सकराकनं दोन हजार रुपय उगीच लावलंत व्हय?'

'जीव ऱ्हायला तर पैसे मिळनार न्हवं? सातबारी बंदूक असतीया त्येच्याजवळ. सात जनं झोपतील तवा आठव्याला चान्स.'

'व्हय, त्येबी खरंच.'

विठू-सदू दोघेही अस्वस्थ झाले होते. विषय बदलत सदू म्हणाला, 'इराच्या वाडीला जायला किती येळ लागल?'

मालक म्हणाला, 'असं किती लांब हाय ते गाव! लई तर तासभर लागल.'

'ह्या उनाकडं बगितलं की बाहीर पाऊलच पडत न्हाई.'

'खरं हाय. सावलीत बसून घामाच्या धारा लागल्यात. पडा वाईच आनी उनं कलल्यावर जावा.'

सदू-विठूला तेच पाहिजे होते. सदूने कोट काढला आणि तो घडी करून टेबलावर ठेवला. विठूनेही दुसरे बाकडे गाठले; दोघांनीही ताणून दिली.

'मालक, आडचन व्हायची न्हाई न्हवं तुमास्नी?'

'अडचन वो कसली? माज्या मांडीवर झोपतासा काय? का आनी गिराईकं आली तर हाईतच की दुसरी बाकं...'

विठूला सदू पडल्या पडल्या म्हणाला, 'सरकारनं येवढं बक्षीस लावलं; तरीबी हे लोक कसं गप बसल्यात कुनास ठावं!'

'कसलं बक्षीस?' जांभई देत विठू म्हणाला.

'रामू कोळ्याचं.'

मालक पोट धरधरून हसत होता. हसताना त्याच्या काळ्याकुट्ट चेहऱ्यावर दात चमकत होते.

'का वो?' विठूने मान वर करून विचारले.

'अवं राव, भिंगरी म्हाईत हाय काय?'

'भिंगरी?'

'पोरांची न्हवं, गाव.'

'हा हा! हाय की.'

'मी तवा व्हतो गावात. सांज झाली होती पाटलाचा वाडा मानसांनी भरला व्हता. सदरेवर गावचं दोन चार आसामी व्हतं. माडीवर पाटील व्हतं. धुमीजवळ मानसं शेकत व्हती, त्या वेळी पायतान वाजवत ह्यो बहाद्दर वाड्यात शिरला.'

'आनी?' सदूने विचारले.

'कुनाकडं सुदीक बघितलं न्हाई. सरळ वाड्याचा जिना चढला आन् माडीवर गेला. थोड्याच येळानं वरती बार झाला. सगळी बघत्यात तर वरती ह्यो उभा. हातांत पाटलाची सात बारी रायफल. काय सुदीक बोलला न्हाई. सरळ जिना उतरून खाली आला. सगळ्यांनी बघितलं. बसल्या जागंलाच साऱ्यास्नी झेंडू फुटला. म्हनला, 'जागचं कोन हाललं तर मुडदा पडल. गुमान बसा.' आनी जसा आला तसा पायतान वाजवत बाहीर पडला.

'कुनी आडवलं न्हाई?'

'अवो राव! पाटलांची सवताची बायको; तीबी चांगली येळानं रडली! आनी आडवतंया कोन? डोळ्यादेखत पाटलाचा वाडा धुतला तेनं! तेच्या वाटंला जानाऱ्यानं

बायकोचं कुकू पुसूनच पुढं यावं.'

'व्हय.'

विठोबाची झोप कुठल्या कुठे पळाली.

तोवर गाडी आली आणि रस्त्यावर थांबली. दोन प्रवासी उतरले. ते हॉटेलपर्यंत आले. क्षणभर उभे राहिले आणि आत शिरले. विठू-सदूने त्यांना निरखले. ते बाकावर बसताच सदूने विचारले,

'काय पावनं, कंचं गाव?'

'वाडी.'

'भैरूवाडी?'

'न्हवं; इराची वाडी.' घाम टिपून त्यातला एकजण म्हणाला.

मालक उठला. त्याने दोन कप चहा त्यांच्यासमोर आणून ठेवला. गडबडीने चहा पिऊन ते उठले.

'गडबड हाय वाटतं?' विठूने विचारले.

'व्हय, जरा नडीचं काम हाय. का?'

'न्हाई; आमीबी येनार व्हतो.'

'मग चला की संगं.'

'नको. तुम्ही व्हा म्होरं.' सदू म्हणाला, 'उनाचा लई तरास.'

मालकाने बाहेर पाहिले. उन्हे कलली होती. तो त्या प्रवाशांबरोबर बाहेर गेला आणि थोड्याच वेळात आत आला.

विठू-सदा मालक आत येताना पाहताच परत बाकावर आडवे झाले. मालक टेबलाजवळच्या आपल्या खुर्चीवर बसला. सदू-विठूने डोळे झाकून घेतले.

अचानक गडबड उडाली. विठू-सदूने दचकून डोळे उघडले. पाच-पंचवीस माणसे पाठीमागून पुढून आत शिरली. टेबलाजवळचा मालक गर्दीत दिसत नव्हता. क्षणभर त्यांच्या डोळ्यांवर विश्वासही बसला नाही. समोरच्या साध्या वेषात उभ्या असलेल्या मोठ्या साहेबांना पाहताच त्यांची बोबडी वळली. इन्स्पेक्टर ओरडले,

'हरामखोर लेकाचे! झोपा काढतायत? उन्हात मरायला लागलोय आम्ही...आणि चहा-चिवडा खाऊन झोपायचं सुचतंय तुम्हाला?'

सदू धडपडत उठत असताना त्याचा तोल गेला. तो जमिनीवर पडला. रांगत टेबलाखालून बाहेर येऊन तो थरथरत्या पावलांनी विठूशेजारी उभा राहिला. विठूला तोंड फुटले...

'पन साहेब...'

खाडकन् विठूच्या गालफडात चपराक बसली. 'गेटावर चला! झोप दाखवतो तुम्हाला.'

'पन साहेब, रामू आलाच न्हाई?' विठू काकुळतीला येऊन म्हणाला.

'मग हा कोण तुझा बाप?' म्हणत इन्स्पेक्टरनी बोट दाखवले. दोघांच्या माना वळल्या. टेबलापाशी मालक उभा होता, त्याच्या हातांत बेड्या होत्या.

'हां—रामू?' पुढे बोलायला सदूला जमले नाही. आतल्या चहाच्या खोलीतून कुणाला तरी उचलून आणले जात होते. त्याच्या मुसक्या आवळल्या होत्या. त्याला सोडताच तो उभा राहिला. तो इन्स्पेक्टरना म्हणत होता,

'साहेब! तुमी आलासा म्हणून माजा जीव वाचला बगा.'

इन्स्पेक्टरनी आपली नजर सदू-विठूकडे वळवली. सदू म्हणाला,

'साहेब! आमी आलो तवा ह्यो बसला व्हता गल्ल्यावर. आमाला वाटलं हाच क्रिस्ना.'

'फार अक्कल पाजळलीत! गाढवांनो, सकाळपासनं बसला इथं. चार चौकीवरचं हॉटेल. एक माणूस थारा करत नव्हतं इथं. त्यावरून ओळखायचं नाही? कृष्णा, चहा आण लौकर.'

विठू-सदू हॉटेलबाहेर सटकले आणि झाडाजवळ उभे राहिले. काय बोलावे हे कुणालाच समजत नव्हते. त्याच वेळी डांबरी रस्त्यावरून धावत येणाऱ्या दोन पोलिसांच्या जीपगाड्यांवर दोघांच्या नजरा खिळल्या. त्या गाड्या हॉटेलसमोर येऊन थांबल्या. थोड्या वेळात इन्स्पेक्टर बाहेर पडले. रामू कोळ्याला घेऊन ते जीपमध्ये जाऊन बसले. बाकीचे पटापट गाडीत बसले. विठू-सदू मात्र उभेच होते. जीप सुरू झाली तरी त्यांना धीर झाला नाही. जीप सुरू होताच सब-इन्स्पेक्टर म्हणाले,

'या बसनं.'

नकळत दोघांचे हात कपाळाकडे गेले. पण त्या सॅल्यूटकडे इन्स्पेक्टर अथवा सब-इन्स्पेक्टर यांपैकी कोणीच पाहिले नाही. गाड्या वळल्या आणि इस्लामपूरच्या रोखाने धावू लागल्या. विठू-सदूला तिकडे पाहायचा धीरही होत नव्हता. ते खाली माना घालून झाडाखाली मुकाट उभे होते, आणि कृष्णा तांबोळी हॉटेलच्या दारात उभा राहून त्या विठू-सदूच्या जोडीकडे पाहात होता...

◆

रुप्याचे डोळे

❋

मामलेदार गावच्या चावडीत टेबलावर पाय पसरून खुर्चीत बसला होता. आपली बदली होण्याच्या आत गावासाठी काही तरी करावे, असे त्याच्या मनात बरेच दिवस घोळत होते. पण बिनखर्चाचे आणि उदंड कीर्तीचे असे त्याला काही सुचत नव्हते. मामलेदाराच्या प्रत्येक चाळवाचाळवीबरोबर चावडीच्या दारातला त्याचा पट्टेवाला आत डोकावून पाहात होता. मामलेदाराने त्याला हाक मारली,

'मारुती!'

'जी—' पट्टेवाला दारात येऊन म्हणाला.

'पाटील कुठे आहेत?'

'हाइत जी इथंच.'

चावडीच्या पायरीवर बसून पेंग घेणारा पाटील गडबडीने उठून उभा राहिला, टोपी सावरून चावडीत शिरला. पाटील समोर येताच मामलेदाराने विचारले,

'काय पाटील, गावात महारवस्ती आहे की नाही?'

'हाइत की—पंचवीस-एक घरं.'

'म्हणजे शंभर तरी वस्ती असेलच!'

'का? त्याच्यापरीस जास्तच.'

'मग गावाचं शंकराचं देऊळ हरिजनांना उघडं झालं की नाही?'

'म्हारास्नी व्हय?'

'हं!'

'झालंय की—'

'केव्हा?'

'कायदा झाला तवाच. साऱ्या गावातनं तसं सादवलंय म्या.'

'मग मंदिरप्रवेश झाला काय?'

'आँ?'

'महार देवळात जातात की नाही?'

'छा! न्हाई.'

'न्हाई म्हंजे?'

'आजपातूर कधी झालं न्हाई ते एकदम कसं हुनार?' पाटील डोकं खाजवत म्हणाला.

टेबलावरचे पाय खाली घेत, आवाज चढवून मामलेदार म्हणाला, 'ते झालंच पाहिजे!'

'व्हय! तुमी-आमी गेलो तर हाय बघा, सायेब.'

'हसता काय पाटील! तुम्हाला नेमलंय कशाला सरकारनं? उद्या रिपोर्ट केला तर माहिती आहे का काय होईल ते? तुमची दहा पिढ्यांची पाटीलकी लागेल वाटेला.'

'पन ते ऐकनार कसं, सायेब?'

'संध्याकाळच्या आत सारा म्हारवाडा चावडीपुढे उभा करा. मी बघतो कसे ऐकत नाहीत ते.'

'साहेब, एक सांगू?'

'काय?'

'गावची म्हारं लई जुटीची हाईत. एकानं का न्हाई म्हटलं; तर परान गेला तरी असल्या कामाला ती तयार व्हायची न्हाईत. मग तुमी सांगा, न्हाई तर सरकार सांगू दे. व्हय, खरं तेच सांगनार मी. नसती गावभर मातूर बोंब उठंल. गावबी त्यांच्याच बाजूला पडंल, आनी सारं मुसळ केरात जाईल!'

'मग?' मामलेदार विचारात पडला.

'आता म्हनतायच तर असं करू या, सायेब. मी म्हारवाड्यात फिरून दुम काढून येतो. बघतो काय इचार पडतोय त्यो.'

'हे बघा पाटील, काहीही करा. एक जरी महार तयार झाला तरी पुरे आहे. आज आहे गुरुवार. सोमवारी देऊ बार उडवून. दहा गावांतले महार आशीर्वाद देतील. वर्तमानपत्रांत नाव येईल. सरकारची शाबासकी निराळीच. कसं?'

'पन सायेब, जरा खर्चाची बाब हाय की.'

'त्याची काळजी करू नका. आता माझी बदली होणार. तुमच्या गावासाठी माझे पाच-पन्नास गेले, तरी मला वाईट वाटायचं नाही. तुम्ही आतापासूनच त्या कामाला लागा. मंदिरप्रवेश झोकात करू. आमदार आळशीकरही सध्या ह्याच भागात दौऱ्यावर आहेत. त्यांच्याच अध्यक्षतेखाली हा समारंभ करून टाकू. खरं की नाही?'

'तसं झालं तर लई बेस. तुमी काळजीच सोडा, सायेब. बघा तरी, काय पायजे

ते करून रातच्या आत म्हारवाडा न्हाई तयार केला, तर मिशी उतरीन ओठावरची–हां!'

त्या रात्री मामलेदार झोपायच्या तयारीत असतानाच पाटील चावडीत शिरला.

'काय पाटील, होता कुठं?'

'दुपारच्याच कामगिरीवर गेलो होतो, सायेब.'

'मग काय झालं?'

'व्हायचं काय? म्हारवाड्यात गेलो आनी भेटलो त्या रामाला. त्याच्याच तोंडानं सारी पानी पित्यात. पन त्यो थेरडा बघचना. उलट मलाच म्हनतो कसा, 'देवाधरमाची बाब-- त्यात हात घालू नका, पाटील. बरं होनार न्हाई.' तिथंच त्याला बसवून लई फिरलो, पन देवाचं नाव काढायची फुरसद की बसलीच दातखिळी. गावचा तराळ-त्यो सुदीक तयार न्हाई असल्या कामाला. गावातनं उठवलंच पायजे भडव्यास्नी. आनी--'

'ते राहू दे पाटील. झालं ते सांगू नका मला. काय केलं ते सांगा.'

'मग काय, गाठला देवा म्हाराला. त्याच्या घरावर सावकाराची जप्तीच हाय. घरातबी एकटाच हाय. त्याला घेतला बाजूला. पयल्यांदा न्हाईच म्हनला त्यो. पन जवा पैशाचं नाव काढलं, तवा खुलला. त्याला तयार केला तवा आलो तुमच्याकडं.'

'पण त्याचं तरी नक्की ना?'

'त्याची काळजी नको, सायेब. अगदी घट्ट करूनच आलोया मी. न्हाई तरी त्याची जप्ती कोन सोडवनार हाय?'

'शाबास, पाटील! उद्याच पत्र देतो आळशीकरांना-समारंभ कसा गाजला पाहिजे!'

दुसऱ्या दिवशी मामलेदारांनी आमदारांना पत्र लिहिले व तातडीने माणसाकरवी ते पाठवून दिले. पाटलाने गावच्या वाजपाला ताकीद दिली. भटजीवर पूजेची तयारी सोपवली. वावटळीसारखी ती बातमी गावात पसरली आणि म्हारवाड्यात भिरभिरली. देवा महाराचे नाव एक दिवसात ज्याच्या त्याच्या तोंडी झाले.

देवा महार जन्मतःच रोगट. देवा रंगाने काळा, मनाने दुबळा आणि शरीराने लुकडा होता. ज्याने आजवर समोरच्या पितळीत तोंड घातलेल्या कुत्र्यालादेखील हाड म्हटले नाही, त्याच देवा महाराला एका दिवसात आपण फार मोठे झालो असे वाटू लागले. पाटील गेल्यापासून गावात तो तोऱ्याने भटकतच राहिला. रात्र पडल्यावर तो महारवाड्यात शिरला. खोपटात अंग तणावून तो पडला असतानाच त्याच्या कानावर हाक आली—

'देव्या--'

'कोन हाय?' पडल्या जागेवरूनच देवाने विचारले.

'मी रामा. जरा बाहीर ये बघू.'

रामाचे नाव ऐकताच देवा उठला आणि बाहेर आला. त्याच्या झोपडीपुढे पाचपंचवीस महार गोळा झाले होते. त्यांना पाहताच देवा चरकला. अवसानाने त्याने विचारले,

'काय?'

'कसलं खूळ काढलंस बाबा?'

'कसलं खूळ?'

'सोमवारी गावच्या देवळात मामलेदारासंगं जानार हाईस तू?'

'मग? चोरी करतुया का काय कुनाची? त्यो काय गुना हाय? कायदाच हाय तसा! भ्या हाय काय काय कुनाचं?'

'अरं, मानसां नसलं तरी देवाचं बाळग.'

'पन पाटलानं सांगितलंया--'

'पाटील मस्त सांगतोय, पाटीभर शेन खा म्हनून; खातोस? ऐक माझं म्हाताऱ्याचं. तुझ्या आईनं त्याच देवापुढं नवस केलं होतं तुझ्यासाठी. असली करणी करू नगस. आरं! ज्यानं नुसत्या खोट्या शपथा केल्या देवाच्या पायरीवर, ते ढाल लागून मेलं. म्या परतक्ष ह्या डोळ्यानं पायलं. त्याच देवळात जानार तू? म्हारवाड्याची मसनवाट हुईल अशा करनीनं?'

'माझ्या घराची मसनवाट व्हायची वेळ आली, तवा कुटं आला न्हाईसा हे शानपन घेऊन? ज्यानं घर राखलं त्याचा सबूद पडूं देनार न्हाई मी!'

'पैक्यासाठी करतोस--थूऽ!' रामू त्वेषाने जमिनीवर थुंकत म्हणाला. त्याला बाजूला सारत दुसरा महार पुढं झाला आणि म्हणाला,

'रामूदा, तू हो बाजूला. ह्यो तसा ऐकायचा न्हाई. काय रे देव्या, देवळात जानार तू?'

'व्हय.'

'बाटवनार देऊळ?'

'व्हय! काय करनार हाईस?'

'आमी कशाला करायला पायजे? करनारा बसलाय तिथं रुप्याचं डोळं लावून. त्यो करल तुझं काय करायचं त्ये. पन तुझी करनी भोवल आमाला. गुमान आमी सांगतो ते ऐक, न्हाई तर--'

'न्हाई तर काय?'

'जित्ता ऱ्हानार न्हाइस देवळात जायला! बघ एकदा माझा इंगा. चला रं, जाऊ या आपून. बघू या काय करतोय त्ये.'

सारे महार तरातरा माघारी वळले. अंधारात दिसेनासे होईपर्यंत देवा विस्फारलेल्या

नेत्रांनी त्यांच्याकडे पाहात होता. महार जाऊन बराच वेळ झाला, तरी तो दाराशी तसाच उभा होता.

दिवस उजाडायलाच देवा चावडीसमोर उभा राहिला. त्याला पाहताच पाटील मामलेदाराला म्हणाला,

'सायेब, हाच तो देवा.'

'असं का? बस रे. पाटील, ह्याला चहा द्या.'

'सायेब—' देव्या म्हणाला.

'काय रे?'

क्षणभर देवा घुटमळला आणि म्हणाला, 'सायेब! मी देवळात जानार न्हाई!'

'का रे?'

'सारी गाळी देत्यात. जीव घेईन म्हनत्यात.'

मामलेदार संतापून म्हणाला, 'कुणाची माय व्यालेय?-तुला गाळी देतात? नाव सांग. एकेकाची चांबडी लोळवतो. अरे, सरकारचं काम करतोस तू. भिऊ नकोस, बंदोबस्त करतो मी.'

'ते खरं, पन—'

'हे बघ, देव्या—' पाटील म्हणाला, 'गावचा पाटील हाय मी. तुझ्या अंगाला हात तर लागू दे. एकेकाला खडी फोडायला पाठवतो. अरे, आम्ही हाय तुझ्या मागं.'

'सायेब, चाळीस रुपये देनार नव्हं?'

'आत्ता पाहिजेत का तुला?'

'आत्ता नगं! काम झाल्यावर द्या. पन सायेब, हे होईपातूर म्या हितंच ऱ्हातो. भ्या वाटतंय मला म्हारवाड्यात.'

'अरे, राहा की. कोण नको म्हणतोय? पाटील, ह्याची जेवणाखाण्याची चांगली व्यवस्था करा. माझाच माणूस आहे, असं समजा.'

त्या दिवसापासून देवा चावडीतच राहू लागला. मामलेदार जातील तेथे तो त्यांच्याबरोबर जात होता. त्यांच्याबरोबर जेवणखाण करीत होता. गावाची नजर त्याला दुष्टाव्याची वाटत होती, पण आता त्याला त्याची काळजी वाटत नव्हती.

सोमवारचा दिवस उजाडला. चावडी बैठक घालून सजवली होती. देवा म्हाराला खादीचा नवीन शर्ट, धोतर व टोपी दिली होती. चावडीवरून सकारण-अकारण घिरट्या घालणारे लोक देवाला निरखत होते. मामलेदार व पाटीलही कपडे करून बसले होते. जसजसे ऊन चढू लागले; तसतसे सारे अस्वस्थ होऊन पाणवठ्याच्या रस्त्याकडे वाकून वाकून पाहात होते. त्याच वेळी तांबडी धूळ उडाली. एक मोटार गावच्या दिशेने येताना दिसली. मामलेदार व पाटील गडबडीने

गावच्या वेशीकडे आमदारांना सामोरे गेले. देवा अस्वस्थ होऊन चावडीतच बसून राहिला.

आमदार आळशीकर चावडीत येताच मामलेदार देवाकडे बोट दाखवून म्हणाला, 'हाच तो हरिजन. गावचाच आहे. मोठ्या मुष्किलीनं ह्या मंगल कार्यासाठी तयार झाला!'

अंग चोरून बसलेला देवा भिंतीला घासत उभा राहिला, आणि त्याने हात जोडले. मोठ्या प्रेमाने आमदाराने त्याला नमस्कार केला आणि म्हणाला, 'वा वा! छान छान! थेंबाथेंबानेच सागर होतो. एका हरिजनाच्या मंदिरप्रवेशानेदेखील काही तरी फार मोठे होईल. ह्या कार्याचे महत्त्व जाणूनच मी सारी कामे बाजूला टाकून इथे आलो. आता लौकर आटपा. मला परत एकाच्या आत येडेगावला हनुमान मंदिराचा कळस बसवायला जायचे आहे. प्रेमाने बोलावतात, नको म्हणायचे जिवावर येते.'

'खरं आहे, खरं आहे!' म्हणत मामलेदाराने पाटलाला डोळा घातला. पाटलांची धावपळ सुरू झाली. वाजप आणवले गेले. सारे लोक गोळा होईपर्यंत आमदाराचे चहापाणी झाले. वाजपाच्या आवाजात देवा इतर मंडळींसह मंदीराची वाट चालू लागला. देवळाच्या पटांगणात खच्चून लोक भरले होते. एका कोपऱ्यात महारवाडा दाटीवाटीने जमला होता.

आमदारांची मामलेदारांनी ओळख करून दिली. मामलेदारांच्या नंतर आमदारांनी पायरीवर उभे राहून बोलायला सुरुवात केली. मंदिरप्रवेशाची महती सांगितली. चोखा-बंकांची नावे घेतली. मामलेदारांचे कौतुक केले आणि शेवटी महारांच्याकडे वळून त्यांना आपल्याबरोबर चलण्याचे आवाहन केले.

रामा महार हे सारे बेचैन मनाने पाहात होता, ऐकत होता. त्याला राहावले नाही. तो पुढे येऊन म्हणाला,

'सायेब, असं करू नगासा. गावाचं वाटोळं हुईल तुमच्या करनीनं—'

तोवर मामलेदाराच्या शिपायाने त्याचे तोंड बंद केले. जमलेल्या लोकांत कुजबूज झाली. आमदाराने अवसानाने आरोळी ठोकली—

'बोला—गांधी महाराज की—'

फक्त पाचपंचवीस लोकांनीच 'जय' म्हटले.

देवळात जाण्यासाठी आमदारांची पाठ वळताच साऱ्या महारांनी थपडा मारून घेतल्या व जमिनीला डोके टेकले. साऱ्या गावाने तसेच केले.

रामूचे शब्द ऐकताच देवा परत अस्वस्थ झाला. पाटलाने मागून डिवचतात तो पायऱ्या चढू लागला. घाट वाजवून, नंदी ओलांडून ते गाभाऱ्याकडे गेले. आतल्या छोट्याशा गाभाऱ्यात शिरताच मामलेदारांनी विचारले,

'पाटील, भटजी कुठे आहेत?'

'त्ये शीक हाईत. कशीबशी पूजा आटोपून घरला गेलं ते. '

'हं.' ओठ चावत मामलेदार म्हणाला, 'चल, देव्या, हो पुढं.'

देवाने खाली घातलेली मान वर केली. त्याच्यासमोर गाभाऱ्यात भली मोठी पिंडी होती. दोन्ही बाजूंच्या पेटत्या समयांचा उजेड पिंडीवरच्या पितळेच्या मुखवट्यावर फाकला होता. कपाळावर आडवे गंध होते. मुखवट्याच्या ओठावरच्या आकडेबाज मिश्या ठसठशीत दिसत होत्या. पण त्यापेक्षाही आंगठ्याच्या आकाराचे रुप्याचे डोळे मूर्तीच्या चेहऱ्यावरून धावत होते. त्या पिंडीला वेटोळे घातलेला पितळेचा नाग फणा काढून बसला होता. तो देव पाहताच देवाच्या हातापायांतले सारे बळच नाहीसे झाले. आमदारांनी देवाच्या हातात हार दिला. त्या हाराकडे पाहताच तो हार झटकीत देवा मागे सरत म्हणाला,

'न्हाई—मी न्हाई—'

मामलेदार, पाटील, त्याच्या मागेच उभे होते. ते शब्द ऐकताच; पिवळा नाग चावावा व क्षणात झेंडू फुटावा तसा टपोऱ्या घामाने मामलेदाराचा चेहरा भरला. आमदार गोरामोरा झाला. पाटील मख्खपणे ते दृश्य पाहात होता. मामलेदाराने भानावर येऊन त्वेषाने ओठ चावत देवाचा हात धरला व त्याला पुढे ढकलत तो त्याच्या कानाशी कुजबुजला,

'सुक्काळीच्या! चाळीस रुपये काय तुझ्या बाचे काय रे? हार घाल.'

तरीही गाभाऱ्यातून 'न्हाई-न्हाई' असे अस्पष्ट शब्द उमटले. गाभाऱ्यात थोडी धक्काधक्की झाली आणि देव दिसेनासा झाला. जेव्हा देव मोकळा झाला तेव्हा त्याच्या गळ्यात हार रुळत होता.

त्याच वेळी मामलेदार-आमदार यांना ढकलून देवा पिसाटासारखा बाहेर पडला. समोरच्या नंदीवरून उडी मारून, पायऱ्या ओलांडून तो देवळाबाहेर आला. शेकडो गावकऱ्यांचे डोळे त्याला पाहात होते. तशीच गर्दीतून मुसंडी मारून तो गावच्या बाहेर धावत सुटला. गावाबाहेरच्या झाडाखाली जाऊन धापा टाकत तो बसला. संध्याकाळपर्यंत तो तिथेच बसून राहिला. गावाकडे वळून पाहायचेसुद्धा त्याला धैर्य होत नव्हते. गावाबाहेरचा रस्ता त्याला गोड वाटत होता.

१९५४

◆

भोग

•❋•

गावात सामसूम होती. पांढऱ्यापेक चांदण्यात गावचा रस्तान् रस्ता उजळून निघाला होता. त्या एकाकी रस्त्यावरून रंगा भराभर पावले टाकीत आपल्या घराची वाट चालत होता. चुकलेल्या कालवडीपाठीमागे भटकून त्याच्या पायांत पेटके आले होते. घरासमोर येताच त्याने दारावर थाप मारली.

'म्हाताऱ्या, दार उघड.'

— पण दार उघडले नाही. त्याने पाच-सहा हाका मारल्या. कडी वाजविली. तरी त्याला उत्तर आले नाही. शेवटी त्रासून तो पुटपुटला— 'परसात गेलाय जनू! आधीच किंवंडा, त्याला कुठलं ऐकू जाणार?'

तो माघारी वळला; आणि साऱ्या गल्लीला फेरा देऊन तो मागच्या बाजूला गेला. गराड्यावरून उडी टाकून तो परसात शिरला. पाठीमागच्या दाराला थाप मारण्यासाठी त्याने बुक्की उगारली. बुक्की दारावर बसताच दार आत लोटले गेले.

'दार उघडं टाकून झोपला का काय?' म्हणत रंगा आत शिरला. तिथे चिमणी पेटली होती. चुलीवर जेवण तसेच होते. पाण्याचा तांब्या भरून घेऊन त्याने पायरीवर पाय धुतले. तोंडावरून हात फिरवला. म्हातारा आपली वाट बघत न जेवता तसाच झोपला असेल या कल्पनेने धोतराला होता पुसत तो पुढे झाला.

'म्हाताऱ्याऽऽ' म्हणत त्याने खोलीत पाऊल टाकले. पण दुसरे पाऊल उचलण्याची शक्ती त्याच्या अंगात राहिली नाही. त्या खोलीत एका कोपऱ्यात चिमणी धुराचे लोट सोडत होती. जमिनीवर रंगाचा बाप कांबळ्यावर पडला होता. त्याची निम्मी मान अंथरूण सोडून कलंडली होती. मानेखालची सारी जमीन रक्ताच्या थारोळ्यात भिजली होती. धीर करून रंगा एक पाऊल पुढे सरकला. बापाचे डोळे पाहताच त्याच्या अंगावर तरारून काटा उठला.

आपल्या बापाचा खून झाला आहे हे दिसत असूनही त्याला खरे वाटत नव्हते. खच्चून ओरडावे, बोंब ठोकावी, असं वाटत असूनही त्याची जीभ उचलत नव्हती.

त्याचा हात वर होत नव्हता. त्याचं सारं अंग कापत होतं. कपाळावर घाम दरदरून आला होता. तो मटकन् खाली बसला. पण क्षणात त्याच्या डोळ्यांसमोर पोलिस दिसू लागले. त्यांना तो काय सांगणार होता? कुणाचं नाव घेणार होता? फाशी. फाशीच्या विचारानं त्याच्या रक्तचं पाणी-पाणी झालं.

धडपडत तो उठून उभा राहिला. त्याच वेळी पुढच्या दारावर थाप पडली, 'रंगा ऽ ए रंगा ऽऽ'

कोणीतरी त्याला हाक मारत होते. रंगाची बोबडी वळली होती. एक एक पाऊल तो पाठीमागे सरकत होता. बाहेरचा माणूस पुटपुटल्याचं त्याला ऐकू आलं. 'झोपला वाटतं!' पुन्हा सारं शांत झालं.

काही विचार न करता रंगानं पाठीमागचं दार उघडलं आणि परसातल्या कड्यावरून उडी टाकून तो गावाबाहेरचा रस्ता धरून तरारा चालत सुटला. तो काय क़रत होता ह्याचं त्याला भान नव्हतं. घरापासून जेवढ्या लांब जाता येईल तेवढं लांब तो जात होता. गावाला लागून असलेल्या डोंगराच्या टापूवर जाईपर्यंत तो थांबला नाही. चालताना त्याला रानाचे, वेळेचे भान नव्हते. जंगलाच्या टापूवर पोहोचल्यावर गार वाऱ्याने तो भानावर आला. त्या पांढऱ्याफेक चांदण्यात त्याचं गाव उठून दिसत नव्हतं तरी गावाला लागून गेलेल्या नदीचा पट्टा चांदण्यात उठून दिसत होता.

त्या टापूवरच्या एका मोठ्या दगडावर तो बसला आणि तो विचार करू लागला. त्याच्या मनात लाखो विचारांचे मोहळ उठले होते. बापाच्या खुनाने दुःख, सूड, भीती अनेकांची गल्लत त्याच्या मनात उडत होती. कुणी हे कर्म केलं असावं, ह्याचा विचार करूनही त्याला उत्तर येत नव्हतं.

रंगाच्या वैरावर गावात कुणी नव्हतं. त्याच्या बापानं सारी हयात गावची हांजीहांजी करून साऱ्यांची मनं संभाळून दिवस काढले होते. रंगाचा भाऊ रावजी. त्याचं लग्न जसं झालं तसं त्याचं घर फुटलं. रावजी म्हाताऱ्याशी काही पटवून घेईनासा झाला. रंगाच्या बापाचा रावजीवर फार जीव होता. त्याच्या मनाला ती गोष्ट फार लागली होती. म्हाताऱ्याचा स्वभाव फटकळ, स्वाभिमानी. गेल्याच वर्षी असेच कशावरून तरी त्याचे तोंड लागले; आणि शेवटी रावजी स्वतंत्र राहू लागला.

'जन्मात तुझं तोंड बघणार नाही,' असे सांगून म्हातारा रंगाबरोबर राहू लागला. त्यानंतर रावजीचं आणि म्हाताऱ्याचं केव्हातरी 'भेटनं' होई. रावजीनं म्हाताऱ्याला वाटणी करून देण्याबद्दल लकडा लावला होता. रंगानं म्हाताऱ्याला खूप सांगून पाहिलं; पण म्हातारा कबूल झाला नाही. उलट तोच चवताळून म्हणाला—

'खूळ लागलंय रंगा तुला. जवर शेत हाय तंवरच तुमी पोरं मला इचाराल. तुमच्या नावावरून करून दिलं तर सवताच्या हातानं पुरल मला त्यो. जो मला बघल त्यालाच जमीन दीन मी.'

पण हे बोलणं होऊन सात-आठ दिवस गेले होते. रावजीनं म्हाताऱ्याचा खून केला असेल हे रंगाला पटत नव्हते. रावजी येवढ्या उलट्या काळजाचा असेल असे त्याला वाटत नव्हते. दोन दिवसांमागेच रंगा म्हाताऱ्याला घेऊन शहराला जाऊन आला होता. म्हाताऱ्याच्या एका गुडघ्यात फार कळ मारत होती. डॉक्टरने त्याला औषध दिले होते. त्याच म्हाताऱ्याचा गळा आज कुणी तोडला होता.

म्हाताऱ्याच्या आठवणीत आत्तापर्यंत आवरून धरलेले अश्रू रंगाच्या डोळ्यांतून ओघळू लागले. दगडावर पालथा पडून तो मुसमुसून रडू लागला. हुंदके देऊ लागला. तिथेच तो रडता रडता झोपी गेला.

सकाळी त्याला जाग आली. गावात जाऊन झाल्या गोष्टीचा सोक्षमोक्ष करून घ्यावा म्हणून तो गावाकडे चालू लागला. आडवाटेने तो जात होता. गावच्या पांदीत त्याचे पाय थांबले. गावातून उठणारा रडण्याचा आवाज त्याचे कान भेदून गेला. त्याच्याच घरातला तो आवाज होता, हे त्याच्या ध्यानी आले. त्याच वेळी कुणाची तरी त्याला चाहूल लागली. सरकन् तो झुडपाच्या आड गेला. पांदीतून तराळकीचा महार कुणाबरोबर तरी येत होता. त्याचे शब्द रंगाच्या कानावर पडत होते.

'केवढं रगत सांडलं व्हतं, मला बघवना.'

'रगत सांडंल तर व्हुईल काय? कुराडच घातली त्याच्या मानंवर. मलाच सापडली कुराड परड्यात. रंगा असं करल असं वाटलं नव्हतं.'

'त्येनंच केलं कशावरनं?'

'त्येन न्हाई तर काय मी केलं?' तराळ चिडून म्हणाला, 'मग फरारी का झाला सांग बघू? त्येच्या बिगार कोन करनार त्ये. सारा गाव हादरून गेलाया. बाराच्या आत खबर देऊन फौजदारास्नी घेऊन यायला सांगितलंया पाटलानं. चल उचल पाऊल.'

ते ऐकून रंगाच्या तोंडचं पाणी पळालं. तसाच तो माघारी वळला; आणि त्याने जंगलाचा रस्ता धरला. गुराखी पोरांना चुकवत सारा दिवस त्यानं जंगलात भटकत घालवला. दुसरा दिवसही त्यानं जंगलातच घालवला. क्षणाक्षणाला तो बेचैन होत होता. त्याची सहनशक्ती संपत आली होती. जगात त्याचा असा आता त्याचा भाऊच होता. त्यानंच काही मार्ग काढला तर काढला असं रंगाला वाटत होतं. त्याने रावजीला भेटण्याचा निश्चय केला आणि रात्र पडण्याची वाट पाहू लागला.

रात्र जंगलावर चढू लागली. रातकिड्यांच्या आवाजाने जंगलावर फेर धरला. वटवाघळे जंगलावर फडफडू लागली. चांदणं वर चढत होतं. बरीच रात्र होऊ दिल्यावर रंगा जंगल उतरू लागला. गावात कुठे जाग दिसत नव्हती. सारे कसे शांत, भयाण वाटत होते. रंगा पाठीमागच्या दाराने शिरावे की पुढच्या दाराने जावे ह्याचा विचार करीत होता. मागच्या दाराने जाण्याचा विचार त्याने सोडून दिला. त्या दाराने त्याची वहिनी भेटण्याची जास्त शक्यता होती. त्यापेक्षा पुढच्याच दाराने

जायचा धोका त्याने पत्करला.

लपत, छपत, कानोसा घेत, शेवटी तो रावजीच्या घराजवळ पोहोचला. गडबडीने त्याने दारावर थाप दिली. आतून आवाज आला.

'कोन त्ये?'

पण रंगाने ओ दिली नाही. त्याने परत कडी वाजवली. आत परत शांतता पसरली. रंगाने परत अधीर होऊन दारावर थाप दिली. आतून पावले वाजली, आणि दार उघडले गेले. गडबडीने आत शिरत रंगाने दाराला आतून कडी लावली व त्याने मान वर केली.

त्या खोलीत कंदील प्रकाशत होता. एका बाजूला पाटतांब्या मांडून ठेवलेला होता. जेवणाचे ताट ठेवले होते आणि कोपऱ्यात त्याचा भाऊ डोळे विस्फारून त्याच्याकडे बघत बसला होता.

'कोन-तू?' रावजी म्हणाला. त्याचा चेहरा घामाने डबडबला होता.

'व्हय दादा, मीच.' म्हणून रंगा रडू लागला.

पण त्याच्या अपेक्षेप्रमाणे रावजी पुढं झाला नाही. त्यानं त्याला मिठी मारली नाही. उलट कडवटपणाने तो म्हणाला,

'रडतोस कशाला? करणी करताना गोड वाटलं?'

रंगाचे डोळे विस्फारले गेले. काय बोलावे हेच त्याला सुचेना. सारे बळ एकवटून तो म्हणाला—

'न्हाई, दादा, मी त्ये केलं न्हाई.'

'मग पळून का गेलास?' छद्मीपणाने हसत भाऊ म्हणाला.

'काय सांगू? कसं सांगू? बाबा रगतात पडलेला बघीतलं. काय सुदरलंच न्हाई मला. सुदबूद व्हायलीच न्हाई. त्येच चुकलं माझं.'

'मग भोग त्याची फळं. मला ठावं हाय सारं.'

'नको, दादा, असं म्हनू नगस. ह्या अन्नाशपथ मी बाचा खून केला न्हाई.'

'जमीन लिहून घेताना बरं वाटलं? गावाला न्हेऊन जमीन लिहून घेतलीस हे समजलं न्हाई व्हय मला?'

ते ऐकून रंगा चकितच झाला. सारा प्रकाश त्याच्या डोक्यात पडला. तो किंचाळत म्हणाला—

'थुंकतो त्या जमनीवर. बाला घेऊन गेले व्हतो तो त्येचा पाय दाखवाय पायी. बाला मारून माझा काय फायदा? त्येचं माझं भांडण का तंटा? उलट तूच भांडलास त्येच्या संगं, तुझंच त्येचं पटत नव्हतं.'

'त्ये मला सांगू नगस. पोलिसांस्नी सांग.'

'पोलिस?' रंगा धावत मागच्या दारास गेला, दारात कोणीसुद्धा नव्हतं.

पाठीमागचं दार लावून तो परत आला. त्याच्या भावाचा चेहरा भ्यालेला होता. रंगाचा चेहरा बदलला होता. संतापाने त्याने विचारले—

'वयनी कुठं हाय?'

'गेली असल परड्यात.'

'भाऊ न्हवंस मांग हाईस. कसाब करनी करून मला फासावर चढवायचा डाव ओळखून हाय मी. पन तसं होऊ द्यायचा न्हाय मी.'

मधल्या दारात रावजी तयारीने उभा होता. रंगा दरडावून त्याला म्हणाला — 'गुमान वाट सोड माझी.'

त्याच वेळेला वहाणा करकरल्या. पुढच्या दारावर थाप पडली. 'दार उघडा.' दारावरच्या थापा जोराने पडत होत्या. रंगाच्या डोळ्यांत रक्त उतरत होते. त्याच वेळेला बाहेरून त्याच्या वहिनीचा आवाज उठला,

'आवो, त्यो आत हाय. त्यास्नी वाचवा हो!'

रंगा उजवीकडे वळला—

'घात केलास माझा. कुठं फेडशील हे? मुकाट्याने बाजूला हो न्हाईतर बरं हुनार न्हाई. सांगून ठेवतो.' असे म्हणत त्याने खाली ठेवलेला तांब्या उचलला. रावजी एक पाऊल मागे सरला. त्याच वेळी दाराची कडी पडली. दार धाडकन् उघडले गेले. रंगा मागे सरत आत शिरलेल्या पोलिसांना म्हणाला—

'गुमान मागं सरा. न्हाईतर टक्कुरच फोडीन.'

कोंडलेल्या चित्त्यासारखी त्याची अवस्था झाली होती. पोलिस त्याच्याकडे टक लावून पाहात होते. त्यातला एक पोलीस धीर धरून पुढे सरकला. रंगा किंचाळला—

'मागं सर.'

पोलिसाने दुसरे पाऊल उचलायच्या क्षणीच रंगाच्या हातून तांब्या फेकला गेला. पोलिस किंचाळत खाली कोसळला. रावजीने रंगाला विळखा दिला. भराभर पोलिस आत घुसले. रंगा सापडला.

रंगाला फरफटत चावडीवर नेण्यात आले. रंगाला बसायचंदेखील भान राहिलं नव्हतं. तो तिथेच मुरचडून पडला. थोड्याच वेळात फौजदार तणतणत पायरी चढले आणि आडव्या पडलेल्या रंगाच्या पेकाटात लाथ बसली. रंगा कळवळून उठला.

'बोल, खून केलास की नाही?'

'न्हाई.'

फौजदार संतापला होता. दातओठ खात त्याने एक शिवी हासडली आणि पुन्हा एक लाथ रंगाला बसली. फौजदार ओरडला.

'खून करायला सोकावलास. त्या पोलिसानं काय केलं होतं तुझं? का त्याचा मुडदा पाडलास?'

'पोलिस मेला?'

'भरलेला तांब्या त्याच्या डोक्यात घातलास आणि मला विचारतोस? तो बघ.' पोटात बसलेल्या फौजदाराच्या लाथेनं रंगा खच्चून ओरडला. कळवळला. त्याने पाहिलंतो खरंच पोलिसाचं प्रेत लोक आणीत होते.

त्याचं सारं धैर्य खचलं आणि खाली मान घालत तो म्हणाला—

'व्हय, मी माझ्या बाचा फरशीनं खून केला. खून केला!'

'फरशीनं? न्हाई कुऱ्हाडीनं.'

'व्हय कुऱ्हाडीनं! कुऱ्हाडीनं!' येवढं बोलून रंगा जमिनीवर पडून रडू लागला.

१९५५

◆

गुलाम

·❋·

हऱ्या गावाबाहेरच्या ओढ्याजवळ येऊन थांबला. अजून सूर्य उगवायला अवकाश होता. पूर्वेच्या कडेला तांबडे फुटायला लागले होते. ओढ्यातून पाणी खळखळत होते. हऱ्याने खांद्यावरचे गाठोडे खाली ठेवले; आजूबाजूला कोणी नाही हे पाहून गाठोडे सोडले. त्यातला इस्त्री केलेला सदरा, धोतर बाहेर काढून अंगावर चढवले. काढलेले कपडे त्या बोचक्यात नीट बांधून ठेवले. पाटलाने दिलेल्या सुती कोटाची इस्त्री उलगडून त्याने अंगावर कोट चढवला. कोट जरा सैल होत होता; पण हऱ्याने त्याची फिकीर केली नाही. पटक्याच्या शेवात बांधलेले पैसे त्याने काढले. दहा, पाच रुपयांच्या त्या घडी केलेल्या नोटा मोजून पन्नास असल्याची खात्री करून, त्या नोटा त्याने कोटाच्या आतल्या खिशात व्यवस्थित ठेवल्या आणि तो चालू लागला.

हऱ्या आज खुशीत होता. गेली पाच वर्षे तो ह्या दिवसासाठी वाट पाहात होता. हऱ्याचे वय चाळिशीच्या घरात होते. त्याचे पुढचे दोन दात पडले होते, तरी त्याचे लग्न अद्याप झाले नव्हते. आतापर्यंत दहा ठिकाणी तो नोकरीला लागला होता. मरेपर्यंत राबला होता. पण एकाही मालकाने त्याचे दोन्हीचे चार हात केले नव्हते. पाच वर्षांमागे जेव्हा तो पाटलाकडे नोकरीला राहिला तेव्हापासून पगाराचे पैसे तो साठवीत होता. पण त्याच्या वयाकडे पाहून कोणी त्याला मुलगी देत नव्हते. हऱ्या निराश होत होता. पण खचला नव्हता. चार-चौघांच्या मनधरणीत शेवटी सलामवाडीला एक जागा सापडली. सोडत घेतलेली एक मुलगी तिथे होती. तिला पहिल्या लग्नाची एक मुलगीही होती. पण हऱ्याला त्याची फिकीर नव्हती. पण त्या मुलीचा बाप शंभर रुपये देज मागत होता. आठ दिवसांची मुदत त्याने दिली होती. साठवलेले पन्नास रुपये त्याच्या हातात देऊन तो लग्न पक्के करणार होता. पाटलाने आठ-दहा दिवसांनी पन्नास रुपये द्यायचं कबूल केले होते.

मोहनग्याच्या जत्रेला जाणारे लोक हऱ्याला वाटेत भेटत होते. पण हऱ्याचे लक्ष तिकडे नव्हते. तो झपझप पावले टाकीत वाट कापीत होता. भावी संसाराची चित्रे

मनात रंगवीत होता. कामेवाडीला आपल्या पावण्याच्यात तो थोडा वेळ थांबला. तो पावणाही मोहनग्याला जत्रेला येणार होता. त्याच्याबरोबर तो मोहनग्याची वाट चालू लागला. मोहनग्याला पोहोचायला दिवस चांगला वर आला. जत्रा भरली होती. नदीच्या कडेने बकरी मारून ठिकठिकाणी टांगलेली दिसत होती. मोहनग्याच्या भोवतालच्या माळात गाड्या सोडल्या होत्या. जिकडे बघावे तिकडे माणूस फुलले होते.

पावण्याबरोबर हऱ्या मोहनग्यात शिरला. एका दुकानातून हऱ्याने नारळ, कापूर वगैरे घेतला. धक्काधक्की करून तो कसाबसा देवासमोर गेला. नारळ-कापूर ठेवून तो देवाच्या पाया पडला. 'सुखरूपपणानं यवडं लगीन होऊं दे. पुढच्या वर्साला जोडीनं सस्तर टोचून घेईन' असे देवाला मागणे मागून तो वळला. देवळाबाहेर येताच हऱ्या पावण्याला म्हणाला,

'बराय, जातो मी आता.'

'अरं वा! लगीन ठरवायला जातोस तू आनी आमास्नी कोपभर च्याबी नाय?'

हऱ्या खुदकन् हसला. लाजला. म्हणाला, 'चला की. घेऊ च्या!'

हॉटेल-दुकानांच्या रांगा लागल्या होत्या. प्रत्येक दुकानातून बाहेर पडणारा किरट्या फोनोचा आवाज कानांत शिरत होता. पावण्याबरोबर चहाचिवडा खाऊन हऱ्या हॉटेलातून बाहेर पडला. एक कासार बांगड्या भरीत होता. हऱ्या त्याच्याजवळ जाऊन थांबला. त्याचा पावणा म्हणाला,

'काय हऱ्या, काय बेत?'

हऱ्या लाजला. खी खी खी असे गालातल्या गालात हसला. दुतर्फा उभ्या केलेल्या दुकानांच्या रांगांतून जात असताना हऱ्या एका ठिकाणी पान घेण्यासाठी थांबला. पान घेता घेता त्याचे लक्ष दुकानाच्या मागे जमलेल्या घोळक्याकडे गेले. पान घेऊन तो तिकडे वळला.

तिथे एका माणसाभोवती आठ-दहाजण कोंडाळे करून उभे होते. त्या माणसाने काळी फरची टोपी घातलेली होती. अंगात चौकड्यांचा कोट, शर्ट, विजार घालून तो उकिडवा बसला होता. समोर एक छोटे तांबडे फडके पसरलेले होते. एका हातात दोन पत्त्याची पाने व दुसऱ्या हातात एक पान धरून भराभर तो त्या फडक्यावर टाकत होता. तोंडाने म्हणत होता,

'नसीब तुमारा, पैसा हमारा. खेलो!'

समोर बसून दोघे-तिघे पैसे लावीत होते. काही वेळेला तो खिशातून पैसे काढून देत होता, काही वेळेला खिशात पैसे टाकीत होता. हऱ्या पावण्याला म्हणाला,

'काय रे हे?'

पावणा सांगू लागला, 'अरं, ह्यो तीनपानी खेळ हाय. ह्या तीन पानांत एका पानात एक इस्पीकचा गुलाम हाय. त्यो बघ आला. त्यो गुलाम जर तू वळखलास

तर जेवढे पैसे लावले असशील त्याच्या दुपटीनं त्यो देनार.'

'इचिभन, असं हाय व्हय?' असे म्हणत हऱ्या तिथे बसला. पालथी पाने टाकली की तो मनाशी गुलामाचे पान धरी. पाने उलटी केली की तो हसून पावण्याकडे बघे. दोनचार डाव झाल्यावर त्यातलाच एकजण म्हणाला,

'पावनं, खेळा की.'

'छा छा!' हऱ्या मागे सरला.

'अवो, एकदा खेळून बघायचं, लागलं नशीब तर लागलं.'

तो फरची टोपीवालाही हऱ्याला म्हणाला,

'आवो साब, खेलो!'

हऱ्याने पावण्याकडे पाहिले. पावणा म्हणाला, 'बघ हऱ्या, नशीब काय म्हनतंय त्ये.'

हऱ्याने खिशात हात घातला. एक चवली काढून कापडावर ठेवली. घारीच्या नजरेने तो ती पाने बघू लागला. दोनदा हात एकमेकावर चाळवून पत्तेवाल्याने पाने भराभर तांबड्या कापडावर टाकली. हऱ्याने पानावर हात ठेवला. पान उलटे झाले. इस्पिकचा गुलाम होता तो. चार आणे घेताना हऱ्या खी खी हसला.

हऱ्या आठ-दहा आणे हरला पण त्याने तीनचार रुपये जिंकले. एखादा डाव हरे. दोन-तीन डाव जिंके. शेवटी पत्तेवाला म्हणाला,

'साहेब, आता पुरे की!'

'बरं.' म्हणून हऱ्या उठणार तोच पहिल्यांदा ज्याने हऱ्याला बोलावले होते तो म्हणाला,

'बसा हो तुम्ही. आज लक्ष्मी तुमची आहे. दुसऱ्याचे पैसे घ्यायला बरे वाटतात व्हय रे, देताना वाईट वाटतं?'

हऱ्या परत बसला. हऱ्या अधेलीने खेळत होता. खिशात पैसे खुळखुळत होते. देजाचे शंभर रुपये एकदमच मोजायचे. टाळा पसरून सासरा पैशांकडे बघेल. त्याला सांगायचे,

'उद्याच्या उद्या लगीन झालं पायजे. गावाला यायचं ते बायकू घेऊनच. मालकाने बघतच ऱ्हायला पायजे.'

हऱ्याच्या कानांत सनई वाजत होती. ताशा तडतडत होता. अंगावर हळद चढत होती. बेहोष होऊन तो पैसे लावीत होता. जिंकलेले पैसे तो हरलाच पण पदरचे पैसेदेखील तो गमवायला लागला होता. आजूबाजूचे हऱ्याला भरीला घालत होते. हळूहळू हऱ्याला घाम फुटू लागला. डोळ्यांसमोर पसरली जाणारी पाने त्याला नीट बघता येईनात. त्याने मागे बघितले, तो त्याचा पावणाही तिथे नव्हता. समोरचा पत्तेवाला गालात हसत होता. भराभर पाने टाकीत होता. पैसे उचलून खिशात टाकीत होता. हऱ्याच्या खिशातल्या नोटा कमी होत होत्या. चिल्लर खुळखुळत

होती. मनाचा धीर करून घामाघूम झालेला हऱ्या उठला. एका बाजूला जाऊन त्याने खिशातले पैसे काढले. दोनदा मोजले पण ते बत्तीस रुपये सहा आणेच भरले. सतरा रुपये. हऱ्याला झेंडू फुटायची पाळी आली. पन्नास रुपयांशिवाय सोयरीक पक्की करायला मुलीचा बाप तयार नव्हता. आजचा शेवटचा दिवस सांगितला होता.

हऱ्या रडकुंडीला आला. तो तसाच माघारी वळला. पत्त्याचा डाव चाललाच होता. हऱ्याला बघताच तो पत्तेवाला म्हणाला,

'आवो सेठ.'

पण हऱ्या पुढे सरकला नाही. तो धीर करून म्हणाला,

'जरा काम व्हतं.'

'माझ्याकडं?' पत्तेवाला म्हणाला.

'व्हय.'

पत्तेवाल्याने ते पत्ते दुसऱ्याच्या हाती दिले. त्या दुसऱ्या माणसानेच हऱ्याला बसवून घेतले होते. जरा बाजूला येताच तो पत्तेवाला म्हणाला-

'काय?'

हऱ्याला बोलायचे सुधरेना.

'काय सांगा की.'

आवंढा गिळीत हऱ्या म्हणाला, 'आवंदा माझं लगीन हाय.'

'बरं.'

'तेच ठरवायपायी निघालो व्हतो सलामवाडीला.'

'मग?'

काकुळतीला येत हऱ्या म्हणाला, 'माझं जितलेलं सतरा रुपयं दिलंसा तर गरिबाचं घर उभं ऱ्हाईल.'

'पैसे मी लावायला सांगितले होते?'

'न्हाय पन...'

'चालायला लाग.'

'पाया पडतो तुमच्या...'

'एकदा सांगितलं नव्हं?'

तो वळलेला पाहताच हऱ्या संतापला. रडे आवरत तो म्हणाला,

'गुमान पैसं दे, न्हाईतर पोलिसाला...'

तो पत्तेवाला गरकन् वळला. त्याच्या डोळ्यांकडे पाहताच हऱ्याचा घसा बसला. पत्तेवाला पुन्हा त्या घोळक्यात मिसळला. त्याचा आवाज हऱ्याच्या कानावर पडत होता—

'आवो खेलो. नसीब तुम्हारा पैसा हमारा. जीतो.'

हऱ्या आपल्या पावण्याला हुडकत होता. माणसांना धक्के देत तो जत्रेतून फिरत होता. पण पावणा सापडला नाही. एका बाजूला तो दगडावर बसला त्या वेळी त्याचे लक्ष जवळच ठोकलेल्या तंबूकडे गेले. तिथे एक पोलिस उभा होता. हऱ्या उभा राहिला. तंबूजवळ जाताच तो म्हणाला,

'सायब!'

'काय रे?'

हऱ्या रडू लागला. तो पोलिस जसजसा विचारी तसा हऱ्या रडत होता. शेवटी पोलिसाने दटावले.

'अरे सांग की, काय झालं?'

'माझं पैसं चोरलं.'

'कुणी?'

'फसवलं मला. मला फटकून माझं सतरा रुपये घेतलं त्या पत्तेवाल्यानं.'

'मग कशाला गेला होतास जुगार खेळायला!'

हऱ्या पुन्हा रडू लागला. त्या पोलिसाने एकदा त्याच्याकडे पाहिले व तो म्हणाला,

'बरं चल, दाखव मला तो पत्तेवाला.'

हऱ्या पुढे चालत होता. पोलिस पाठीमागून येतो की नाही हे मध्येच वळून बघत होता. जिथे पत्ते खेळत होता तिथे हऱ्या पोहोचला पण तिथं कुणी देखील नव्हतं. हऱ्याने पुन्हा पाहिले. तेच पानाचे दुकान, जवळच हॉटेल; जागा तीच होती पण तिथे कोणी नव्हते.

'कायरे, कुटं हाय तुझा पत्तेवाला?'

'इथंच व्हता सायेब!'

'मग जमिनीनं गिळला काय त्याला? चोर लेकाचा!' म्हणत पोलिस वळला. 'सायेब' 'सायेब' म्हणत हऱ्या त्याच्यामागून जात होता. दुतर्फा लावलेल्या दुकानांच्या मधून पोलिस पुढे जात होता. कावऱ्याबावऱ्या नजरेने इकडे तिकडे बघत हऱ्या मागून जात होता. अचानक त्याची नजर एका कपड्याच्या दुकानाच्या फळीवर बसलेल्या माणसाकडे गेली. त्यानेही हऱ्याला त्याच वेळी पाहिले आणि मान फिरवली. तोच तो पत्तेवाला. हऱ्याने पळत जाऊन पोलिसाचा हात पकडला.

'सायेब, म्या पायलं त्याला.'

'कुणाला?'

'पत्तेवाल्याला.'

'कुठं हाय?'

'चला दावतो.' म्हणत हऱ्या तरारा चालू लागला. त्या कपड्याच्या दुकानाच्या फळीवर पत्तेवाला बसला होता. हऱ्या त्याच्याकडे बोट दाखवून म्हणाला,

'सायेब, ह्यानंच घेटलं माझं पैसं.'

सारे हऱ्याकडे व पत्तेवाल्याकडे पाहात होते. पोलिस पुढे सरकला. त्याने विचारले,

'काय हो, हा काय म्हनतोय?'

पत्तेवाला फळीवरून खाली उतरला. हात जोडत पोलिसाला म्हणाला, 'काय साहेब?'

'ह्याचे पैसे घेतलेस तू जुगारात?'

'नाय साब! कोन म्हनतो?' पत्तेवाल्याने रागाने हऱ्याकडे पाहिले. त्या नजरेने हऱ्याच्या जिवाचे पाणीपाणी झाले. पत्तेवाला आजूबाजूला पाहात म्हणाला, 'साहेब, ह्या सगळ्यास्नी विचारा. सकाळपासून दुकानावर बेपार करतोय मी.'

जवळच्या दुकानदाराने त्याला साथ दिली. दुसऱ्या एकादोघांनी माना डोलावल्या. त्यात त्याने हऱ्याला खेळायला बसवून घेतले होते, तोही होता. हऱ्या धीर करून किंचाळला,

'न्हाई साहेब. खोटं बोलतोय त्यो. ह्यानंच फसवलं मला.'

तो पत्तेवाला चित्त्यासारखा धावला. बघता बघता त्याने हऱ्याचा शर्ट गळ्याजवळ मुरचडून धरला. हऱ्याचे पाय जमिनीला पुरे टेकेनात. पत्तेवाला किंचाळला.

'तेरी माकी, देख मेरे पाँवमे देख क्या है! झूट बोलता है साला!'

हऱ्याने त्याच्या जाडजूड चपलांकडे पाहिले. त्याचे लालबुंद डोळे बघितले. हऱ्याची बोबडी वळली. एकादोघांनी हऱ्याला सोडवले. पोलिस जवळ येऊन हऱ्याला म्हणाला,

'कायरे, खरं सांग. हाच काय तो?'

हऱ्याने पत्तेवाल्याकडे पाहिले. पण त्याच्या नजरेला तो नजर देऊ शकला नाही. खाली बघत तो म्हणाला,

'असाच दिसत व्हता तो...' पुढे तो बोलू शकला नाही. रडत, नाक ओढत तो उभा राहिला.

'जा जा, शहाणा आहेस.' पोलिस म्हणाला. पोलिस जाऊ लागला तेव्हा त्या पत्तेवाल्याने हाक मारली,

'हवालदारसाहेब,' पोलिस वळला. पत्तेवाल्याच्या शेजारी तो फळीवर बसला. पत्तेवाल्याने दोन स्पेशल चहाची ऑर्डर दिली. हऱ्या नाक ओढत माघारी वळला. सलामवाडीचा रस्ता सोडून तो आपल्या गावाची वाट चालत होता. वरून ऊन तापत होते. जत्रेला जाणाऱ्या माणसांना धक्के देत तो नदीवर येऊन पोहोचला. जत्रेचा आवाज अजून त्याच्या कानांवर पडत होता. आवरून धरलेले अश्रू त्याच्या गालांवरून सांडत होते. नदीकाठी असलेल्या एका झाडाच्या बुंध्याजवळ तो मटकन् बसला आणि त्या बुंध्याला मिठी मारून तो मुसमुसून रडू लागला.

◆

तळ

•❋•

ऊन कलले होते तरी उन्हाचा ताव कमी झाला नव्हता. त्या तावात सारी धरणी पोळून निघत होती. पिवळसर पांढऱ्या खुरट्या गवताने माखलेला गावाबाहेरचा माळ त्या उन्हात तावत होता. माळावर झळा उठत होत्या. माळातून गेलेली एक तांबडी पायवाट उठून दिसत होती. पाठीमागचे पाय बांधलेली पाच-सहा घोडी गवत हुंगत माळावर फिरत होती. माळाच्या एका कोपऱ्यात ठोकलेल्या दहाबारा डोंबाऱ्यांच्या पाली तेवढ्या त्या माळावर नजरेत भरत होत्या.

तळावरच्या पालीपासून जवळच एका बाजूला गोल जागा सारवून त्याच्या मध्यभागी पाचसहा काठ्या खोवल्या होत्या. त्या काठ्यांवर लावलेली रंगीबेरंगी फडकी वारा नसल्याने मुरचडून पडली होती. पालीच्या बाहेर पडलेल्या सावलीत धापा टाकत बसलेले एखादे कुत्रे, पालीत झोपलेल्या माणसाची पालीबाहेर आलेल्या पायांची चाळवाचाळव किंवा मध्येच तळावरून उठणारी खोक ह्याखेरीज तळावर कसलीच जाग दिसत नव्हती.

पालीसमोर जीभ बाहेर काढून धापा टाकत बसलेल्या कुत्र्याने अचानक कान उभारले. मान उंचावून गावाकडे पाहिले आणि ते भुंकत पळत सुटले. त्याबरोबर इतर पालींच्या आसपास पडलेली आठदहा कुत्री त्या कुत्र्यापाठोपाठ भुंकत धावली.

डोक्यावर तोगल्या घेतलेल्या डोंबारणी माळावरच्या पायवाटेवरून तळाकडे येत होत्या. घामाने डबडबलेल्या, ऊन्हाच्या तावाने दमलेल्या त्या डोंबारणी पायांत येणाऱ्या कुत्र्यांना 'हाडी-हाडी' करत तळाकडे येत होत्या. कुत्री त्यांना न जुमानता शेपट्या हालवत त्याच्या पायापायांत घोटाळत होती. तळावर येताच त्यांनी तोगल्या उतरल्या. एका बाईने छातीशी बांधलेले तान्हे पोर सोडले. झोपलेले पोर धक्का लागताच जागे होऊन किंचाळले. त्या पोराला सावरत एका पालीसमोर उभे राहात तिने हाक दिली.

'आऊ ऽ ऽ!'

पालीतून एक बाई बाहेर आली. ती कण्हत होती. गळ्यात बांधलेल्या काळ्या पांढऱ्या मण्यांच्या माळांतून हात फिरवीत होती. तिला ती पोर घेतलेली डोंबारीण म्हणाली,

'घे तुझं पोर. रडून जीव खाल्ला माझा.' एवढे बोलून ती झोळी तिने त्या बाईच्या हातांत दिली आणि ती आपल्या पालीकडे वळली. पालीच्या सावलीत तिने तोगली ठेवली आणि तिथेच शेजारी ती बसली. पालीच्या आत ठेवलेल्या मडक्यातून तिने पाणी घेतले. त्या आवाजाने आत झोपलेल्या माणसाची चाळवाचाळव झाली. तो बाहेर आला. बाहेरच्या उन्हाने त्याचे डोळे दिपले. डोळे मिटून घेऊन त्याने आळस दिला. जांभई देत त्याने त्या मडक्यातले पाणी घेतले. खळाखळा चूळ भरली. आपल्या काखेत मुरचुडून धरलेला हिरवा पटका त्याने जमिनीवर सोडला, आणि भराभर तो डोक्याला गुंडाळायला सुरुवात केली.

डोंबारणी गावातून परतत होत्या. सारा तळ हळूहळू जागा होत होता. तोपर्यंत झोपलेली पुरुषमाणसे आता तळातून फिरत होती. काही दोराला तणवा देऊन पीळ भरत होते. गावात माकडे घेऊन गेलेली मुले परतत होती. पालीच्या खुंट्यांना माकडे बांधून ती तळाच्या जवळ खेळण्यात रमली होती.

गावातून आलेली एक तरणी डोंबारीण आपल्या पालीसमोर येताच तिने तोगली उतरून खाली ठेवली आणि आपल्या मेणचटलेल्या अठरापदरी नेसण्यात खोचलेली कोंबडी तिने बाहेर काढली. पालीजवळ बसलेली म्हातारी ती कोंबडी पाहताच उठून उभी राहिली आणि कोंबडी निरखत तिने विचारले,

'वाटंत गावली?'

'तर! रस्त्यात मस्त गावल. ही रांड माझा जीवच घेईती.' आपला घाम पुसत आजूबाजूला गोळा होत असलेल्या माणसांकडे अभिमानाने पाहात हातातल्या कोंबडीला झोले देत ती सांगत होती, 'त्या शेवटच्या घराजवळ म्या आलो आणि ही बया फडफडत पायात आली. गापकन् मान धरली तरीबी किच्चाळलीच. तशीच मान मोडून घातली. कुनी बघितलं न्हाई म्हणून बरं.'

एवढे बोलू तिने फतकल मारली आणि कोंबडीची पिसे उपटायला सुरुवात केली. कोंबडी सोलीत असताना सारे पालीसमोर गोळा होत होते. कोंबडी सोलून होताच तिने काढलेली पिसे गोळा केली, आणि एका पोराच्या हातांत देऊन तिने बजावले, 'पूर हां! एक पीस जर नजरंला पडलं तर मुडदा गाडीन तुझा.' सारी हसली. ते पोर जाताच तिने चाकूने कोंबडे फाडायला सुरुवात केली. पाहणाऱ्यांपैकी एकाला ते दृश्य असह्य झाले आणि तरारा तो आपल्या पालीकडे गेला. पालीच्या खुंटाला एक पालव बांधलेले होते त्याकडे पाहात तो काही क्षण उभा राहिला.

पालीत जाऊन त्याने चाकू व थाळी बाहेर आणली. कसलाही विचार न करता त्याने पालवाला आडवे पाडले. त्याच्या मानेवरून चाकू फिरवला आणि मानेखाली ती थाळी सारली. तांबड्या दाट रक्ताने ती थाळी भरू लागली.

पालव सोलीत असतानाच त्याच्या मागे एक डोंबारीण उभी राहिली. तिने ते पाहिले. गडबडीने तिने तोगली खाली ठेवली आणि त्याच्यावर शिव्यांचा भडिमार सुरू केला. पण त्याने एकदाही तिच्याकडे वळून पाहिले नाही. तो शांतपणे त्या पालवाचे वाटे घालीत होता. आजूबाजूलाही डोंबारी जमत होते. ते वाटे अधाशीपणे पाहात होते. ती बाई शिव्या देऊन, हाताने डोके बडवून थकली आणि तरारा त्या कोंबडीवालीकडे गेली. त्या दोघींचे भांडण लागले. बघता बघता त्या हातघाईवर आल्या. एकमेकींच्या झिंज्या उपटू लागल्या. साऱ्या तळावर एकच गलका उसळला. पालवाचे वाटे घालणारा भांडण वाढले तेव्हा उठला. एका पोराला वाट्यांपाशी बसवून तो त्या गर्दीत शिरला. तोंडाने शिव्या देत त्याने आपल्या बायकोला बडवायला सुरुवात केली. दुसऱ्या डोंबारणीलाही तिच्या नवऱ्याने मारायला सुरुवात केली. बाकीच्या बघ्यांनी ते भांडण सोडवले. कोंबडीवाली रडत पालीसमोर बसली. दुसरी बाई हुंदके देत आपल्या पालीकडे गेली. पालव्याचे पाडलेले वाटे भराभर खपत होते आणि ती बाई रडे थांबवून नवऱ्याला शिव्या देत पैसे गोळा करीत होती.

संध्याकाळ झाली होती. तो हिरवा पटकेवाला हे सारे पाहात होता. त्याच्या पालीत वाटा नेल्याचे पाहताच तो तळाबाहेर पडला. तळावर पालीसमोर पेटवलेल्या चुली वाऱ्याने फरफरत होत्या. काही डोंबारी दोर तणावून त्याला पीळ देत गिरकी फिरवत होते, तर काही पालीसमोर बसून पान खात जनावरांसाठी केसांचे गंडे वळत होते. एक डोंबारीण तेलाने माखलेल्या आपल्या तान्ह्या पोराला उघड्यावर अंघोळ घालीत होती. त्या पोराच्या रडण्याचा आवाज तळावर उठत होता.

अंधार पडला आणि तो हिरवा पटकेवाला परत तळावर आला. आपल्या पालीत जाऊन त्याने दडवून ठेवलेल्या दोन बाटल्या बाहेर काढल्या. साऱ्या तळावर ती बातमी पसरली. एकएक जण आपापली वाटी घेऊन त्या पालीत शिरू लागला. एका म्हाताऱ्याने विचारले,

'कुठली रं?'

'मागल्या डावचीच. ठेवली व्हती एका जागंत.'

आपापल्या पालीकडे एकेक जण परतत होता, वाढत्या अंधाराबरोबर माळावर पसरलेली घोडी तळाजवळ गोळा होत होती. जेवण आटपेल तशा पालीतल्या चिमण्या फुंकल्या जात होत्या. काठ्यांनी लावलेली फडकी वाऱ्याने फडफडत होती. कुठल्या तरी एका पालीतून बरळणे ऐकू येत होते. दिवसभर शांत पडलेली कुत्री

डुक्कर जरी पळाले तरी त्याच्यामागून भुंकत धावत होती. गावच्या दिशेला दिवे लुकलुकत होते. अंधार वाढत होता आणि त्या वाढत्या अंधारातून अधूनमधून एखादा डोंबारी गावाच्या दिशेने नाहीसा होत होता.

१९५६

◆

दुष्काळ

•❋•

सोलापूर जिल्ह्यातील देवगाव आतापर्यंत अर्धेअधिक उठले होते. गावाची उरलेली वस्ती वेड्या आशेवर घराची वास्तू सांभाळत मागे राहिली होती. दुष्काळ केव्हा आला व कसा आला हे आजही त्यांना सांगता येत नाही. गावात माणुसकी संपत आली होती; चोऱ्या-घरफोड्यांना ऊत येत होता. माणसामाणसावरचा विश्वास उडत होता. गावचे सावकार पंढरपूरला राहात होते. ते सकाळी आपल्या माणसांसह येत. संध्याकाळपर्यंत वाड्यात बसून शेतकऱ्यांच्या जमिनी मातीमोलाने खरेदी करत आणि गल्ला घेऊन मुक्कामाला पंढरपूर गाठीत. कळशीभर पाण्यासाठी मैलाची यातायात करावी लागे; चार घासांसाठी ओसाड शेतवाडीतून गावची उरलेली जिवंत जनावरेल दिवसभर रानोमाळ फिरत. त्यांच्या पाठोपाठ भेगाळल्येल्या जमिनीतून ढेकळे फोडीत, शेंगा हुडकत माणसे फिरत. मेलेल्या जनावरांसाठी गिधाडे आणि जिवंत जनावरांसाठी हेडे गावाभोवती घिरट्या घालत.

रुक्मी चुलीपुढे बसून तव्यातून भाकरी काढत होती. पेंगळून पडलेल्या सहा महिन्यांच्या तुळशीला थोपटत म्हातारी भिंतीला टेकून बसली होती. म्हातारीने कलते होऊन दाराबाहेर बघितले व पुटपुटली, 'अजून कसा ग आला न्हाई विटू?'

'येतील यवढ्यात. येरवाळीच गेल्यात जनावरं घेऊन चरायला.'

'हाय काय चरायला? साऱ्या गावच्या शिवारात जनावरांचं सांगाडंच पसरल्यात. घरात माणसं घातल्यात मरायला आणि हा गेलाय जनावरं चारायला.'

'त्यांचाबी जीव हायच की! मुकी जनावरं ती -'

'त्ये खरं पोरी; पण सांजच्या वेळची काळजी घरात हाय आणि जनावरांपाठीमागं लागून कसं चालेल? बघ तरी ह्या पोरीची काय गत झालीय ती!'

त्याच वेळी मागच्या गोठ्यात जनावरांची पावले वाजली, निखाऱ्यात लावलेली भाकरी काढत, राख झाडत रुक्मी म्हणाली, 'आलं वाटतं.'

जनावरे बांधून आत येऊन विठू म्हातारीशेजारी बसला व मुंडाशाने घाम पुसत

म्हणाला, 'लई हिंडलो चाऱ्यासाठी. पन गवताची काडीसुदीक दिसत न्हाई! पान्याचं झरंबी आटत आल्यात.'

'कोन हाय काय घरात?' बाहेरून हाक आली.

'कोन त्ये?' म्हणत विठू बाहेर गेला. दारात एक मनुष्य उभा होता. विठ्ठल येताच त्याने विचारले, 'घरात जनावरं हाईत नव्हं?'

'हाईत की!'

'मग इकनार काय?' त्याने विचारले. विठ्ठलने आजवर असल्या अनेक हेड्यांना धुडकावून लावले होते. पण आज त्याच्या तोंडून शब्द उमटेना. तो कसाबसा म्हणाला, 'थांब.' आणि तेवढे बोलून तो आत गेला. रुक्मी व म्हातारीने ते ऐकलेच होते. विठ्ठलने विचारले, 'काय करायचं?'

रुक्मीला माहीत होते की, स्तब्ध बसून भागत नाही. ती कडाडली, 'धनी, जनावरं बघून पोट न्हाई भरत! घरात एक दाणासुदीक न्हाई. एका भाकरीवर तिघांचं पोट किती दिवस भरणार? पोरगी बघा कशी निपचीत पडलीया. देऊन टाका ती जनावरं!'

विठ्ठल त्या माणसाला घेऊन त्या गोठ्यात गेला. आपल्या हाडांचे सापळे घेऊन ती जनावरे तिथे उभी होती. त्या माणसाने एकवार बैलजोडीकडे व गाईकडे नजर फेकली व विचारले, 'तिनीबी विकायची?'

आतून रुक्मीचा आवाज आला, 'न्हाई, नुसती बैलंच. गाय न्हाई विकायची.'

'चाळीस रुपये देईन बघ जोडीला.'

'काय, चाळीस! पाचशे रुपयाला घेतलीया दोन वर्षांमागं.'

'मग दोन वर्षांमागं जाऊन वीक! दुष्काळ हाय विसरलास वाटतं? घेतलीस जनावरं तवा असंच हाडाचं सापळं होतं काय? फारफार झालं तर पन्नास देईन बघ!'

'जा, चालता हो. कसाई कुठला!' विठ्ठल कडाडला. तो माणूस मात्र शांतच होता. तो थंडपणे म्हणाला, 'जातो, पण सांगून ठेवतो, चार दिवसांत हीबी किंमत यायची न्हाई तुला! वाटलं तुला तर चावडीत कळव. आज हाय मी इथं गावात.' असे म्हणून तो निघून गेला.

विठ्ठल येताच रुक्मी म्हणाली, 'आता खानार काय?'

'खावा मलाच!' म्हणत विठ्ठल माघारी वळला. त्याने बैलजोडी सोडली आणि तो निघाला. म्हातारी उठली व म्हणाली, 'पोरा! कुठं जातोस जनावरांना घेऊन?'

'मावशे, जातो पंढरपुराला. ह्यांच्या जिवावर घरदार, शेतपाणी उभं केलं, त्यांना कसायाच्या हाती न्हाई देनार. किंमत कमी आली तरी चालेल, पन कुठंतरी घरातच जाऊं देत ही जनावरं.'

'ते खरं, पन थोडा तुकडा तरी खाऊन जा.'

'तुकडा खाऊन भूक मरायची हाय थोडीच! खावा तुम्हीच. जमलं तर सांजलाच येईन; नाहीतर उद्या येईन.' म्हणून तो वाटेला लागला. रुक्मी डोळे पुसत माघारी वळली. गोठ्यात गाय हंबरत होती.

दुसऱ्या दिवशी बाराच्या सुमारास विठ्ठल घरी आला. येताना त्याने जोंधळे, तांदूळ आणले होते; ते धान्याचे ओझे त्याने घरात टाकले. जेवणखाण झाल्यावर रुक्मीने धीर करून विचारले. विठ्ठल उसासा सोडून म्हणाला, 'ते काय विचारू नगस. पन्नास रुपयांच्यावर कोनीबी विचारीना जनावरास्नी. अख्खा बाजार जनावरांनी भरून गेलाय; रस्त्यानं तर माणसांची रीघ लागलीय दुष्काळी कामावर. जमीन गेली. जनावरं गेली. हे पैसे किती दिवस पुरणार? ह्यावर किती दिवस लाज राखून राहणार? एक दिवस आपल्यालाबी त्याच वाटेनं जावं लागणार!'

'असं बोलू नगा, धनी. ध्यान्याचं दुकान उघडलंया गावात. हे दिवस राहायचे न्हाईत.'

'अग पन फुकट घालतंय का कोन खायला! खुळी आहेस तू!'

त्यानंतरचे चार दिवस विठ्ठल काम हुडकत होता; पण त्याला गावात कुठले काम मिळायला? साऱ्यांचीच स्थिती त्याच्यासारखी होती. सरकारी धान्य दुकानावर तो धान्य आणायला गेला असताना गावातला कृष्णा त्याला भेटला. विठूला पाहताच तो जवळ आला व म्हणाला, 'विठूदादा, आम्ही उद्या गाव सोडणार. येणार काय?'

'कुठं जाणार?'

'दुष्काळी कामावर. घरात आता काय सुदीक उरलं नाई?'

गाव सोडायच्या कल्पनेने विठूच्या अंगावर शहारे आले. तो म्हणाला, 'नाही बा. आपण जीव गेला तरी गाव नाई सोडनार!'

सारे आजूबाजूचे लोक छद्मीपणाने हसले. अलीकडे सारेच गावकरी त्याच्याकडे त्या नजरेने पाहात होते; त्यातला एक म्हणाला, 'त्यो कसा येईल, किस्ना? त्यानं भरपूर करून ठेवलंय. त्यो काय दुष्काळी हाय थोडाच!'

विठूने मुकाट्याने धान्य घेतले आणि तो घरी परतला.

रात्री तो कसल्यातरी आवाजाने जागा झाला. घरातून 'धाप धाप' असे आवाज त्याच्या कानी आले. 'कोण त्ये?' म्हणत विठू आत शिरला; पण आतल्या दारात त्याने पाय टाकला असेल-नसेल तोच त्याच्या डोक्यावर काहीतरी फुटले. किंचाळत तो पाठीमागे कोलमडला आणि त्याची शुद्ध हरपली!

विठू शुद्धीवर आला तेव्हा त्याने पाहिले तो त्याची बायको त्याच्या तोंडावर पाण्याचे हबके मारीत होती; रडत होती. पोरगी तिकडे किंचाळत होती आणि म्हातारी त्याच्याकडे पाहात होती. तो कसाबसा पुटपुटला, 'काय झालं?'

'सारं गेलं, धनी.'

'पण आले कुठून?'

रुक्मीने पाख्याकडे बोट दाखवले. पाख्याला भलामोठा भोसका पडला होता. चांदण्या दिसत होत्या. चौघेजण घरात शिरले होते. पण एकालाही रुक्मीने ओळखले नाही.

सकाळी विठू डोक्याला हात लावून बसला होता. तो सारखा पुटपुटत होता, 'जनावरापरी जनावरं गेली, पैशापरी पैसे गेले!' त्याने खूप विचार केला आणि शेवटी निश्चय करून तो उठला. रुक्मीसमोर जाऊन तो उभा राहिला. रुक्मीचे डोळे रडूनरडून सुजले होते. विठू तिला म्हणाला, 'आता रडून काय होणार? सामानाची आवराआवर कर. घरात राहून आता नाही भागायचं! घर सोडलंच पाहिजे. मावशी, तूबी तयार रहा. एवढ्यात येतोच मी.'

'पोरा, तुमास्नी काम मिळेल. मला म्हातारीला कोन घालेल खायला? तुम्ही जावा; मी जमेल तसं करीन!'

'पण मावशे...'

'भिऊ नको, पोरा. आजवर ह्या डोळ्यांनी लई दुष्काळ पाहिलेत मी. माझं म्हातारीचं काय, आज हाय तर उद्या न्हाई! तू करू नकोस माझी चिंता.'

विठ्ठल काही न बोलता घराबाहेर पडला.

ऊन कलल्यावर विठूने गाय बाहेर काढली. तिच्या पाठीवर हवे होते तेवढे सामान रचले होते. तोवर गावचे सातआठजण तयारीने तेथे आले, साऱ्यांच्याच डोळ्यांत पाणी होते; तेथे कोण कुणाला समजावणार? भरल्या अंत:करणाने विठू व रुक्मीने म्हातारीचा निरोप घेतला, घराला नमस्कार केला आणि सर्वजण रस्त्याला लागली. गावाबाहेरच्या चिंध्या पिंपळाखालच्या मारुतीला सर्वांनी नमस्कार केला. त्या पिंपळाच्या सावलीत दोनतीन कुत्री भांडत होती. त्यांपैकी एकाच्या तोंडात भले मोठे जनावराचे हाड होते. तेच त्या भांडणाचे मुख्य कारण. विठूने मागे पाहिले तो म्हातारी दारात उभी होती विठूला हुंदका फुटला. मागे पाहायचे नाही असे ठरवून विठू चालू लागला. त्याच्या पाठोपाठ सारे खाली माना घालून जात होते.

विठूची कल्पना होती की, कुठल्याही दुष्काळी कामावर त्याला चटकन् काम मिळेल; पण ते तितके सोपे नव्हते. शेतांतील बांधांची कामे, तलाव दुरुस्तीची कामे- सगळीकडे तो हिंडत होता; पण प्रत्येक कामावर एवढी गर्दी होती की, त्याची हजेरी लागणेसुद्धा दुरापास्त होते. बरोबर आणलेली भांडी, कपडे विकून ते पोट भरत नि काम हुडकत फिरत होते. गायीवरचे ओझे दिवसेंदिवस कमी होत होते. गाव सोडल्यापासून पाचव्या दिवशी ते रस्त्यावरच्या कामावर आले. रस्त्याच्या कडेने छोट्याछोट्या झोपड्या उठल्या होत्या. शेकडो

माणसे कामावर राबत होती. एवढी माणसे असूनही तेथे असावा तेवढा गलबला नव्हता; आरडाओरड नव्हती. उन्हाच्या कडाक्यात उघडेबोडके होऊन लोक राबत होते; त्यांचे सापळे घामाने निथळत होते.

रस्त्याच्या कडेला असलेल्या एका झाडाच्या सावलीत विठूने रुक्मीला व मुलीला सोडली आणि तो कामावर आला. सबंध दिवसभर तो कामावर ह्या माणसापासून त्या माणसाकडे फिरत होता; पण संध्याकाळपर्यंत त्याचे नाव नोंदवले गेले नाही. शेवटी संध्याकाळी त्याचे व रुक्मीचे नाव हजेरीवर चढले. काम मिळाले ह्याच समाधानात तो त्या रात्री उघड्यावर झोपी गेला.

सकाळी कामाला सुरुवात झाली. रुक्मीला रस्त्यावरच काम होते; पण विठूला जे काम मिळाले होते ते अधिक त्रासाचे होते. रस्त्यापासून फर्लांगावर असलेला मुरूम रस्त्यावर टाकायचे ते काम होते. विठू हाडाचा शेतकरी होता; मुरुमाची पहिली पाटी उचलताना त्याच्या डोळ्यांत अश्रू उभे राहिले.

कामावरच्या आठ दिवसांत सावलीपुरते एक झोपडे विठू व रुक्मीने उभे केले. मिळणाऱ्या मजुरीतून पोट भरण्याइतपत धान्य मिळत नव्हते. हळूहळू त्यांची उरलीसुरली शक्ती नाहीशी होत होती; बरोबर आणलेल्या गायीला चारा मिळवून घालणेही कठीण होत होते. गायीला विकण्याची कल्पनासुद्धा रुक्मीला असह्य होत होती.

एक दिवस भल्या पहाटे विठू आला; सर्वत्र अंधार होता. रुक्मी तुळशीला घेऊन झोपली होती. विठूने झोपडीबाहेर येऊन गाय सोडली. तो अंधारात दिसेनासा झाला. सकाळी रुक्मी जागी झाली तेव्हा शेजारी विठू नव्हता. ती बाहेर आली तो गायही नव्हती. ती इकडेतिकडे चौकशी करीत असतानाच तिला विठू येताना दिसला. रुक्मीकडे न बघताच तो सरळ झोपडीत गेला. रुक्मी पाठोपाठ धावली. विठू भकास चेहऱ्याने तिच्याकडे पाहात होता.

'माझी काळी कुठं हाय, धनी? कुठं हाय माझी गाय?'

'रुक्मी, मी तिला सोडून आलो. तिचे हाल बघवेनात मला; म्हणून लांब सोडून आलो. जे व्हायचं असेल ते माघारी तरी होऊं द्या!'

दुष्काळी कामावर दिवसेंदिवस जास्त जास्त माणसांची रीघ लागली होती. विठू दिवसेंदिवस थकत चालला होता. कामावरून आल्यावर रात्री त्याचे अंग मोडून येई. सकाळी उठण्याचे त्राण त्याच्या अंगात राहात नसे. एक दिवस मुरुमाची पाटी आणत असतानाच तो चक्कर येऊन पडला. त्याच्या अंगात ताप भरला होता. त्याच्या शरीरानेच बंड पुकारले होते तेथे त्याच्या मनाचे काय चालणार? त्याला उचलून झोपडीत नेण्यात आले. दुसऱ्या दिवशी विठ्ठलच्या जागी दुसऱ्याचे नाव नोंदवण्यात आले. एकट्या रुक्मीच्या पगारावर आता तिघांची पोटे भरणार होती.

दोनतीन दिवस गेले तरी विठूचा ताप उतरला नाही. दुष्काळी कामावरचा डॉक्टर एकदोन वेळा येऊन औषध देऊन गेला होता.

एक दिवस विठू रुक्मीला म्हणाला, 'हे बघ असं चालायचं नाही; उद्या तूबी जमिनीला पाठ टेकलीस तर तिघंबी उपाशी मरू. तू पोरीला घेऊन पंढरपूरला जा. मला बरं वाटलं की, मी येईन पंढरपूरला!'

'पन धनी, तुमास्नी टाकून मी कसं जाऊ? जे व्हायचं असेल ते साऱ्यांचंच होऊ दे.'

खिन्नपणे हसून विठू म्हणाला, 'आता काय राहिलंय व्हायचं? जमीन गेली, जनावरं गेली. घरदार सुटलं. तू एकटी असतीस, तर गोष्ट निराळी; पण आता तुळशीकडे बघायला हवं. तिच्यासाठीच तुला जा म्हणतो. तिला नीट जतन कर. मी जरा बरं वाटलं की, येतोच मागोमाग. देवळासमोर भेटीन तुला. इथं डॉक्टर आहे, माणसं आहेत; माझी काळजी नको करू! ऐक माझं.'

विठूने बरेच समजवल्यानंतर रुक्मी तयार झाली. तिने वळकटी बांधली. आजूबाजूच्या लोकांना विठूकडे बघण्यास सांगून ती व तुळशी पंढरपूरच्या रस्त्याला लागली. विठू झोपडीत एकटाच तापाने फणफणत होता, तळमळत होता. आवरून धरलेले अश्रू त्याच्या डोळ्यांतून वाहात होते.

रुक्मी पंढरपूरला पोचली. विठ्ठलाच्या मंदिरात जाऊन तिने देवाला दंडवत घातले. विठ्ठलाची करुणा भाकली. नवस बोलून ती देवळाबाहेर पडली. गावातून ती नोकरीसाठी भटकत होती. पंढरपूरच्या बाजारात कमी किमतीला का होईना, पण जनावरे घ्यायला माणसे होती, पण माणसांना घरात थारा द्यायला माणसे तयार नव्हती. कडेवरच्या तुळशीला बघून रुक्मीच्या काळजात धस्स होई. तिचे डोळे पांढरट दिसत होते; गाल सुजल्यासारखे वाटत होते. रुक्मीच्या अंगावर दुधाचा थेंब राहिला नव्हता. कोरडे स्तन चोखत तुळशी निपचीत पडत असे. विठूला सोडताना आठ आणे कडोसरीला लावून ती आली होती; त्यावर कसेबसे दोन दिवस गेले होते. पण पुढे काय? भीक मागण्याखेरीज गत्यंतर नव्हते.

भीक मागण्यातदेखील फारसा अर्थ उरला नव्हता. आलेल्या दुष्काळी माणसांनी शहरच्या माणसांची दया दिवसेंदिवस आटत होती. घरीदारी दुष्काळी माणसांच्या नावाने खडे फोडले जात होते. पहिल्या घरी भीक मागताना रुक्मीला ब्रह्मांड आठवले! पदराच्या खोळीत पडणाऱ्या शिळ्यापाक्या तुकड्याकडे पाहून रुक्मी अस्वस्थ होई. कडेवर तुळशी तळमळत होती; चढत्या उन्हात रस्त्यावरची वर्दळ कमी होत होती. त्याच वेळी रुक्मीचे लक्ष रस्त्यावरून येणाऱ्या एका सभ्य दिसणाऱ्या गृहस्थाकडे गेले. तुळशीकडे नजर टाकून ती त्याला सामोरी गेली व म्हणाली, 'साहेब, चार दिवसांची उपाशी पोर हाय; दुष्काळी पोट हाय साहेब.

दुधाची एकदोन आण्यांची भीक घाला. देव भलं करील!'

त्या इसमाने आजूबाजूला पाहिले आणि तिच्या अंगावरून नजर फिरवीत तो म्हणाला, 'ते ठीक आहे. मी देईन तुला पैसे; पण मला काय देशील?'

त्या शब्दांनी रुक्मीच्या अंत:करणाचे पाणीपाणी झाले. संतापाने तिचे अंग फुलून उठले. तिच्या हाताची बोटे शिवशिवली; पण हे सारे क्षणभरच! तिचा हात उचलला गेला नाही. तिची जीभ तोंडातल्या तोंडातच वळवळली. डोळ्यांतले अश्रू आवरत ती काही न बोलता पुढे चालू लागली. त्या अपमानाच्या भरात ती चालत होती. चालताचालता तिचे पाय थबकले. एका गोठ्याकडे तिचे लक्ष गेले. तिला संशय उरला नाही. तुळशीला खाली ठेवून ती धावली आणि गोठ्यात बांधलेल्या बैलजोडीच्या गळ्यात हात टाकून ती रडू लागली. त्यांना मिठी मारून आपले दु:ख सांगू लागली. बघताबघता त्या घरची माणसे गोळा झाली. त्यांना रुक्मी वेडी वाटली. रुक्मीला आजूबाजूच्या माणसांची जाणीव झाली.

तिने पदर सावरला आणि डोळे पुसत म्हणाली, 'नाही बाबा, मी वेडी नाही! एक वेळ ही जोडी आमची होती; त्यांना अन्नाला लागलेलं बघितलं; राहवलं नाही म्हणून आत घुसले. ह्यांच्याशिवाय या जगात आमच्या मायेचं कुणी नाही. त्यांना जगवलंत - देव तुमचं भलं करील!'

एवढे बोलून ती माघारी वळली. तुळशीला तिने उचलले. त्या वेळी त्या घरच्या बाईने तिला हाक मारली. रुक्मीला त्यांनी जेवण वाढले. तुळशीला त्या बाईने दूध दिले. पण रुक्मीला समजले नाही की, तिला पुढे कित्येक दिवस मायेने भरलेले दुसरे घर भेटणार नव्हते!

त्या दिवसापासून रुक्मी भीक मागू लागली. रस्त्यावरची कचऱ्याची कोंडाळी हुडकण्यात तिला काही वाटेनासे झाले. अंगावरच्या अपुऱ्या कपड्यांनी तिची लाज झाकली जात नव्हती; पण तिकडे तिचे लक्ष नव्हते. एक दिवस तिला समजले की, गावात अन्नछत्र उघडले आहे. मोठ्या आशेने ती तेथे गेली. पण तिला अन्नछत्रात अन्न मिळाले नाही. कारण ती दुष्काळी राहिली नव्हती; ती भिकारी बनली होती. अनेकांनी तिला भीक मागताना पाहिले होते.

तुळशीच्या अंगावरची सूज वाढत होती; तिचे पोट फुगत होते. बरगड्यांवर काळे पट्टे उमटत होते; अंगावर फोड दिसत होते. हळूहळू ते फोड तुळशीच्या अंगावरून रुक्मीच्या अंगावर पसरत होते. रुक्मीला उलट ते बरेच वाटले. आता लोकांची नजर फार वेळ तिच्या अंगावर टिकत नव्हती. दररोज संध्याकाळी रुक्मी न चुकता देवळासमोर येत असे; विठूची वाट पाहात असे आणि आसपासचा कोपरा गाठून झोपत असे.

संध्याकाळी रुक्मी थकून येऊन विठ्ठलाच्या मंदिराशी एका कोपऱ्यात बसली.

तिचे वेडे मन दिवसेंदिवस विठूला भेटण्यास फार आतुर होत होते. बराच वेळ माणसे निरखत ती बसली होती. अंधार पसरू लागल्यावर दिवसात गोळा केलेले खरकटे तिने नरड्याखाली घातले. नळावरून पाणी पिऊन तिने त्या कोपऱ्यात चिरगुटे पसरली. पोरीला जवळ घेऊन ती कलंडली. देवळात कुणी तरी अभंग म्हणत होते—

‘धाव पाव सावळे विठाबाई
का मनी धरली अढी,
अनाथ मी अपरादी स्मरतो
उतरा पैलथडी
भक्त तारावया ब्रीद बांधीयले
प्रेमे घालशी उडी
थोट्या ताटा कणसे आली
बोधण्याची गडी’

ते अभंगाचे सूर ऐकत असतानाच ती झोपी गेली. सकाळी जागी झाली तेव्हा तिच्या कानांवर शब्द आले, ‘ए भिकारडे, आवर तुझा पसारा! चल ऊठ इथनं. भिकाऱ्यांचा सुळसुळाट झालाय नुसता पंढरपुरात!’ त्या पाठमोऱ्या गृहस्थाकडे पाहिले न पाहिले करून रुक्मी उठली. तिने तुळशीला हाक मारली; पण तिची हालचाल झाली नाही. तिला हलवून जागे करण्यासाठी तिने तुळशीच्या अंगाला हात लावला...अंग थंडगार पडले होते! तिला न सांगताच तुळशी देवाकडे गेली होती! रुक्मी रडरड रडली. डोळे-घसा कोरडे होईपर्यंत तिने आक्रोश केला; पण एकही मनुष्य तिला समजावयाला पुढे आला नाही. गावाबाहेरच्या एका खड्ड्यात तुळशीला पुरून ती माघारी आली.

सारा दिवस ती तिथेच बसून होती. विचार करण्याची शक्तीही तिच्याजवळ राहिली नव्हती. दिवस मावळायच्या वेळेस ती अशीच गुडघ्यात मान घालून बसली असातना तिच्या कानांवर हाक आली, ‘रुक्मी!’

तिने मान वर केली. विठू हाडाचा सापळा बनून काठीच्या आधाराने फरफटत, झोकांड्या खात तिच्याकडे येत होता. क्षणात तिचे अंत:करण आनंदाने भरून आले; पण दुसऱ्याच क्षणी ती किंचाळली, ‘धनी, आपली तुळशी गेली हो!’ आणि ती बेशुद्ध पडली.

रुक्मी शुद्धीवर आल्यावर विठू व रुक्मी गळ्यात गळा घालून खूप रडली. विठू तिला समजावत म्हणाला, ‘रुक्मी आता पुष्कळ झालं! एकुलती एक पोर होती तीबी देवानं नेली. आपल्यालाबी त्याच वाटेनं जावं लागणार. आता इथं राहायला नको. चल आपन घरला जाऊ. मरायचंच असलं तर तिथं मरू!’

दोघेही गावचा रस्ता चालू लागली. वाटेत पंढरपुराकडे जाणारे लोक भेटत होते; दुष्काळी कामे लागत होती; पण तिकडे पाहण्याचा धीर दोघांनाही नव्हता. गाव जसजसे जवळ येत होते, तसतसे ती दोघे घर पाहण्याला अधीर होत होती. आजूबाजूचे ओसाड शिवार त्यांना दिसत होते. गाव हळूहळू स्पष्ट दिसू लागले. माणसाअभावी गाव ओसाड, भयाण वाटत होते. गावाबाहेरचा चिंध्या पिंपळ मात्र हिरवाचार दिसत होता; तिकडे रुक्मीचे लक्ष गेले व ती म्हणाली,

'धनी, गाव उठलं, शिवार ओस पडलं; पण चिंध्या पिंपळ बघा कसा हिरवाचार दिसतोय तो!'

खिन्नपणे हसून विठू म्हणाला, 'रुक्मी, ठाऊक हाय तुला तो तसा हिरवा का राहिलाय ते? त्याच्या मुळांचा पसारा दूरवर पसरलाय. ती मुळं त्याला पोसतात. आम्हा माणसांचं तसं नाही!'

मारुतीला पाया पडण्यासाठी ती तिकडे वळली. त्याच वेळी चारपाच गिधाडे फडफडली पिंपळाच्या सावलीत एक कुत्रे मरून पडले होते. मारुतीला नमस्कार करून ती गावात शिरली. गाव भयाण भकास वाटत होता; गावची सारी कळाच बदलली होती. विठू घरासमोर उभा राहिला तेव्हा समोरच्या दृश्यावर त्याचा विश्वासच बसेना! घराला छप्पर नव्हते. दारांना चौकटी नव्हत्या. आजूबाजूला खापरांचा खच पडला होता! ती तशीच घरात शिरली. आत जाताच पाठीमागच्या बाजूने गिधाडे उडाली. त्यांच्या नाकात दुर्गंध शिरली. विठूच्या छातीत धस्स झाले. त्याला मावशी आठवली. तो तसाच आत घुसला. पाठीमागच्या दारात त्याची 'काळी' गाय मरून पडली होती; तिची मान पाठीमागच्या दारात उंबऱ्यावर पडली होती.

विठूला बाजूला सारून, 'काळी' म्हणून रुक्मी पुढे धावली. गाईचे तोंड हातांत धरून ती रडू लागली; आक्रोश करू लागली. ती म्हणत होती, 'काळी, तू शहाणी. रानात सोडलं तरी तू घर विसरली नाहीस! मरायला तू आपलं घर हुडकत आलीस!'

विठू भिंतीला टेकून ते दृश्य बघत बसला होता. त्याच्या डोळ्यांत पाणीसुद्धा नव्हते. कोरड्या डोळ्यांनी तो ते दृश्य बघत होता; पण त्या दृश्याचा अर्थ त्याला पूर्णपणे समजत नव्हता. त्याच वेळी पुढच्या बाजूने कापरा आवाज आला, 'पोरांनो! आलासा?'

कुणी त्या हाकेला उत्तर दिले नाही. म्हातारी लटपटत आत आली. ती विठ्ठलाशेजारी बसली. तिने विचारले, 'तुळशी कुठं हाय?'

रुक्मीला हुंदका फुटला. विठूने नुसते एकवार म्हातारीकडे पाहिले. म्हातारी समजायचे ते समजली. विठूच्या नकळतच त्याच्या डोळ्यांतून अश्रू ओघळू लागले.

आपल्या थरथरत्या हातांनी विठूचे डोळे पुसत म्हातारी म्हणाली, 'पोरा, रडू

नकोस, गप! आजवर म्यांबी दुष्काळ बघितले. पण ते सगळे पावसाचे होते. हा माणसांचा दुष्काळ हाय, पोरा! माणसांचा जिव्हाळाच आटला तिथं कुणाची कड लागणार?'

◆

पाडी

✳

दोन प्रहराची वेळ असूनही ऊन नव्हते. आकाश कुंदावले होते. शिवारात पोटरीला आलेली भाते हिरवीगार दिसत होती. भाताच्या गाद्यांतून काही ठिकाणी अद्यापही पाणी साचलेले होते. विठू आणि रामा बांधावर असलेल्या आंब्याखाली येऊन थांबले. त्यांनी आजूबाजूला पाहिले. समोरच्या भाताच्या गाद्यांत दोन जवान पोरी काम करीत होत्या. त्याखेरीज आजूबाजूला कोणी दिसत नव्हते. आंब्याच्या झाडाखालचे दगड सारखे करून ते दोघे बसले. राम्या म्हणाला,

'विठ्या, बिड्या काढ. जरा दम भरू या.'

रामाने बिड्या काढल्या. दोघांनी बिड्या काढल्या. नाकातून धूर काढत समोरच्या गाद्यांत काम करणाऱ्या पोरींच्या दिसणाऱ्या अर्धवट मांड्या रामा न्याहाळत होता. त्याच वेळी विठूने त्याला खुणावले. राम्याने पाहिले, तो बांधावरून तोल सावरत एक तरणीताठी बाई येत होती. बाई जशी स्पष्ट दिसू लागली तसा राम्या म्हणाला,

'कोन रं?'

'आमच्या गावचं नव्हं!'

'थांब जरा गम्मत करू या.'

'कसली रं?'

'जरा जवळ येऊं दे. बघू या कसलं पानी हाय ते.'

'नगं रं! न्हाई ती बैदा ईल अंगावर.'

'अरं जा, असल्या छप्पन पोरी बघितल्यात म्या.'

'बघ हां! तुझी जिम्मादारी.'

'गप बस. आली.'

ती बाई जवळ येऊ लागली तशी राम्याने शिटी घालायला सुरुवात केली. विठू घाबरा होऊन खाली बघू लागला. रंगाने गोरी, अंगाने भरलेली ती बाई तोल सावरत येत होती. बांधावर बसलेल्या त्या दोघांना बघून तिने पदर सावरला आणि अंग

चोरून ती दोघांना ओलांडून गेली. रामा जोराने खाकरला आणि मोठ्याने हसला. ती बाई थांबली. तिने रागाने वळून राम्याकडे पाहिले. रामा हसायचा थांबला आणि दुसरीकडे पाहू लागला. ती बाई काही न बोलता पुढे चालू लागली. ती बरीच दूर गेल्यावर राम्या म्हणाला,

'कशी केली गम्मत!'

'मग गप का बसलास?'

'तेवढीच गम्मत करायची व्हती.'

'आनि काय म्हनाली असती तर?'

'बघितलं असतं पुढचं पुढं.'

त्याच वेळी मागून हाक आली, 'विठ्या—'

दोघांनी मागे चमकून पाहिले. सहा फूट उंचीचा देवप्पा म्हातारा तिथे उभा होता. त्याच्या हातात विळा होता. तो त्या दोघांकडे पाहात होता. दोघांची गाळण उडाली. बिड्यादेखील विझवायचे भान दोघांना राहिले नाही. बिड्या टाकून देऊन विठोबा म्हणाला,

'कोन? देवाप्पान्ना?'

'व्हय, मीच.'

खोट हसू तोंडावर आणीत रामा म्हणाला, 'या की, कवा आलासा ते समजलंबी न्हाई.'

'अरं, मी हतंच गवत कापत व्हतो.' म्हातारा बांधावर येत म्हणाला, 'काय पोरांनु, काय बेत?'

'काय नाय उगीच बसलू व्हतो.' विठ्या म्हणाला.

'बसा की. काम नसल्यावर बसावं मानसानं.'

'म्हंजे?'

'म्हंजे काय? सारं ऐकलंय म्या. रंगात व्हतासा म्हनून गप बसलो झालं.'

'तसं काय न्हाई...' विठा.

'जमलं नाही म्हन की?'

'आं?' रामा.

'थांबा, आधी बसतो' म्हणत म्हातारा बसला. ते दोघे एकमेकांकडे बघत होते. देवाप्पा म्हणाला,

'पोरांनू, थट्टा केली तर वळखीच्या मानसाची करावी.'

'तसं नाही आन्ना...' रामा.

'मग कसं?'

'नाही आपलं उगीच...गंमत.' विठा.

'तुमच्या मनात वाईट नसलबी, पन असली गंमत कधी कधी लई अंगावर येतीया.'

'उगीच न्हाई त्याचा वाडाचार करतोस तू.' रामा धीट होऊन म्हणाला.

'उगीच सांगत न्हाई मी. माझ्यावरबी असला परसंग आला व्हता.'

'काय तरीच सांगतुयास.'

'देवाच्यानं खोटं न्हाई सांगत.' देवाप्पा तपकिरीची डबी काढत सांगू लागला—

'लई दिसांची गोष्ट. तीस वर्सं तरी झाली असत्याल बघ. व्हय तेवढीच. घर नव्हतं, दार नव्हतं. पोरका पोर व्हतो म्यां. धा घरचं खाऊन ऱ्हायचा. पडल त्याचं काम करायचा. गावच्या पोरांचाबी म्होरक्या म्यांच. एक दिवस जोतीबा माझ्याकडं सांजचा आला. त्योबी आमच्याच टोळीतला. त्यो म्हनला,

'देव्या, उद्या बेळगावला जाऊस पाहिजे.'

'का रं?' म्या म्हनलो.

'गूळ न्यायचा हाय. म्या एकटाच हाय. तूबी चल संगं.'

'खूळ का काय! मला नाही जमायचं. तूच जा.'

'अरं पन संगं कोनबी नाही माझ्या!'

'मग म्या काय करू?'

'असं करू नगस देव्या. चल संगं. तुला अंगी देईन.'

अंगीचं नाव निघाल्यावर माझ्याबी तोंडाला पानी सुटलं आनि म्या तयार झालो. पहाटंला आम्ही गाडी जोडून निघालो. त्या येळंला असा उपगाववरनं रस्ता नव्हता. कंगराळीवरून रस्ता जायचा. कंगराळीला पोचायला सूर्य डोक्यावर आला. कंगराळीच्या नदीवर एका झाडाच्या सावलीत आम्ही गाडी सोडली आन् भाकऱ्या काढल्या. उन्हाचा तडाखा मी म्हणत होता. गावची नदीची वाट झाडाच्या जवळनंच जात व्हती. आम्ही भाकऱ्या सोडल्या. तंवर जोतीबानं मला खुनावलं,

'देव्या, बघ बघ.'

'म्या बघितलं तर गावच्या वाटेवरून एक तरनी पोरगी येत होती. काखंत घागर, तांबडं जरीकाठी लुगडं, रूपानं तर बघत ऱ्हावी अशी देखनी आन् उमेदवार. तुमच्यासारखीच आम्हीबी नुकतंच मिसरूड फुटलेली पोरं. मंग काय इचारता? ती बाई जवळ आली आनि जोतिबा घसा खाकरून मोठ्यानं म्हनला,

'ही पाडी असली तर हिचा पाडा कसला असल रं, देव्या?'

एवढं नुसतं त्यो बोलला. गरकन् वळून तिनं आमच्याकडं बघितलं. पन ती कायबी बोलली न्हाई. ती तशीच पुढं नदीकडं गेली आन् तशीच परतली. परत जातानाबी जोतिबा खाकरून हसला. ती जाताच आम्ही दोघं भाकरी खाऊ लागलो. भाकरी खाता खाता झाडावरचा कावळा हुसकायसाठी मागं बघितलं आणि जोतिबाला म्हनलो,

'जोतिबा, त्यो बघ पाडा आला. आता पाडाबी बघ आनी पाडीबी.'

फजितीला पार राहिला न्हाई. आम्हा दोघांची बोबडी वळली. हातातल्या भाकऱ्या गळून पडल्या. ती बाई नदीकडं परत येत व्हती आनि तिच्या पाठोपाठ; कराप केलेला, उंचा, तगडा, भरदार छातीचा एक इसम खांद्यावर भला जाड टोबा टाकून झरझर येत व्हता. त्या मानसाला बघितल्याबरोबर म्या भाकरी उचलली आनि गाडीचा आडोसा करून पळायच्या बेतानं उभा ऱ्हायलो. जोतिबाला बसल्या जागंवरनं उठायचंबी सुदारलं न्हाई. ती बया आनि त्यो बाप्या जवळ आली. ती बाई एकदा आमच्याकडं पाहून हसली आन् तशीच पुढं नदीकडे गेली. पाठोपाठ तो बाप्याबी गेला. आनि आमच्या जिवात जीव आला. नदीच्या पात्रात जाताच त्या बाईनं एका भल्या मोठ्या दगडाकडं बोट दाखवलं. धुनं धुवायचा त्यो मोठा दगड, पन दोन्ही हातांची तटनी लावून त्या गड्यानं त्यो उलथून टाकला आन् तिला म्हनला,

'काय गे, खटे हाय त्ये साप?'

येवढं बोलून तो परतला. ती बाई तिथंच ऱ्हायली. थोड्या येळानं घागर भरून घेऊन ती येऊ लागली. म्या गाडीजवळच उभा व्हतो. जोतिबा तिच्याकडं पाहातच व्हता. ती जवळ येताच त्या बाईनं आमच्याकडं बघितलं आनि मला हातानं खुनावलं. आमच्या दोघांचे चेहरे फोटू काढून घेन्यासारखे झाले व्हते. म्या भीतभीतच पुढं झालो. म्या जवळ जाताच ती म्हनली,

'बाबांनू, पाडा बघीतलासा?'

जोतिबा रडायचा तेवढा ऱ्हायला व्हता. गपकन त्यानं हात जोडले. म्या म्हनलो,

'बाई, रागाऊ नकासा. चुकी झाली आमची. पन हे त्याच्या कानावर घालू नगासा.'

ती बाई हसून म्हनली, 'बाबानू, भिऊ नगासा. ह्यांच्या कानावर म्या घातलं असतं तर आता बोलायला जितं राहिला नसतासा. मला तुमचं बोलनं वाईट लागलं न्हाई. देवानं मला जसं रूप दिलं तसाच सूर्यावानी दाल्ला दिला. त्याचं नाव काढलंसा म्हनून त्यास्नी दावलं तुमाला.'

येवढं बोलून ती परतली. ती गावात दिसेनाशी होईपतोर आम्ही येड्यासारखे तिच्याकडे पाहात व्हतो. ती दिसेनाशी व्हताच आमी गाडी जुपली अन् बेळगावचा रस्ता धरला. तवापासून पायज ते केलं पन बिन वळखीच्या बाईची कळ काडली न्हाई.

रामू आणि विठू मान हालवून म्हणाले, 'खरं हाय देवाप्पा, चूक झाली आमची.'

'जाऊं दे रे, वयच हाय तुमचं. बरं आता बसून काय करतासा? ह्यो विळा घ्या आन् चार पेंड्या कापा बघू. मी वाईच बसतो.'

रामू, विठू हसतच उठले आणि विळा घेऊन बांध उतरू लागले. तोच देवाप्पा म्हणाला, 'विठ्या, आता मघा गेली ती कोन रं?'

विठ्या-राम्याचे पाय थबकले, दोघांनी एकमेकांकडे पाहिले आणि म्हाताऱ्याकडे पाहातच राहिले. म्हातारा खाली पाहात गालांतल्या गालांत हसत होता!

◆

चाकोरी

•❋•

पहाटेच्या चांदण्यात सारे रस्त्यावर गोळा झाले होते. आदल्या रात्री चंद्र वर येईपर्यंत केलेल्या रस्त्याकडे सर्व बघत होते. डांबरखडीने चोपून बसलेला रस्त्याचा काळा पट्टा त्या अंधुक उजेडात उठून दिसत होता. कोल्हापूर-पुणा रस्ता डांबरी करण्याचे काम ठिकठिकाणी चालले होते. त्यापैकी कामेरीजवळचा तो पट्टा होता. गावचे शंभर-सव्वाशे लोक त्या रस्त्यावर राबत होते. आदल्या दिवशी दुपारी, त्या रस्त्यावरून नेहरू जाणार असल्याची बातमी त्यांना समजली होती. जेव्हा त्यांना ती बातमी समजली तेव्हा साऱ्यांची मने हरकून गेली. गावच्या लोकांनी गावाजवळ वेस उभी केली होती; पण हे लोक गावापासून दीडदोन मैलांवर रस्त्यावर कामाला होते. सकाळी आठ वाजता नेहरू रस्त्यावरून जातील असा अंदाज होता. अनेकांनी अनेक कल्पना लढवल्या. शेवटी साऱ्यांनी ठरवले की, नेहरू जायच्या आत रस्ता पुरा करायचा. मुकादमापासून साऱ्यांना ती कल्पना पसंत पडली. रात्र पडेपर्यंत रस्त्यावर डांबरखडी रोलरने चापून बसवली गेली. सकाळी डस्ट टाकायचे काम बाकी ठेवून सारे परतले. पहाटेच्या उजेडात जेव्हा सारे गोळा झाले; तेव्हा फर्लांग दीड फर्लांगाच्या काळ्या कुळकुळीत पट्ट्याकडे सारे कौतुकाने पाहात होते.

पहाटेच्या गार वाऱ्यात सारे त्या रस्त्यावर उभे राहून गप्पा मारत मुकादमाची वाट पाहात होते. मुकादमही तेवढ्यात हजर झाला. त्याने बारकाईने त्या रस्त्याकडे पाहिले व तो म्हणाला,

'खडी जाम बसलीया. पन आनखीन एकडाव रोलर फिरला तर बेस होईल. म्हनावी तितकी डांबरखडी मुरली न्हाई.'

'मग फिरवू या की!' एक जण म्हणाला, 'एवढं राबलूया, त्येला गालबोट लागाय नको. कसं मंडळी?' असे म्हणऊन त्याने साऱ्यांकडे पाहिले.

त्याबरोबर साऱ्यांनी माना डोलावल्या व एक म्हणाला, 'तर काय! कधी नव्हं ते नेरु ह्या रस्त्यानं जानार. पुना कवा नदरंस पडत्यात कुणास दखल! कायबी झालं

तरी रस्त्यात कसर न्हाई ठेवायची. नेरूंची गाडी कशी मेनावरून गेल्यागत झाली पाहिजे.'

'मग अता उशीर करून न्हाई भागायचं. साडेपाच झालं आताच.' मुकादम म्हणाला, 'तुमी सगळे डस्ट पसरायला लागा. महमद, तू रोलर सुरू कर. चला आता, आटपा झटपट.'

सारे कामाला लागले. रोलर धडधडत सुरू झाला. रस्त्यावरून रोलर फिरू लागला. रस्त्यावर पसरलेली डस्ट डांबरखडीच्या चिरांतून बसू लागली. साऱ्यांच्या चेहऱ्यावर उत्साह दिसत होता. सूर्य उगवायला रस्ता पुरा झाला. सूर्याच्या पहिल्या किरणांत रस्त्याचा तेवढा भाग उठून दिसत होता.

मुकादम म्हणाला, 'आता हे सारं सामान इथंच ठेवलं तर लई वाईट दिसंल. त्यापरीस हे सारं त्या माळावरच्या आंब्याच्या झाडाखाली लावू या.'

मुकादमाच्या तोंडून येवढे शब्द निघायच्या आत सारे त्या कामाला लागले. त्या गडबडीकडे पाहून, काम करता करता बायका गालांतल्या गालांत हसत होत्या. डांबराची पिंपे, पाट्या, बंब, रोलर, सगळे सामान रस्त्याच्या आत असलेल्या माळावरच्या आंब्याखाली नेऊन लावले. रस्त्यावर काहीसुद्धा अडगळ राहू दिली नाही. सूर्य जसजसा वर येऊ लागला तसतसे सर्व अधीर होत होते. सगळ्या पुरुषांनी; बांधून आणलेले आपले कपडे झटपट अंगावर चढवले. मुंडाशी गुंडाळली. स्त्रियांनी आपले कपडे झटकून साफसूफ केले आणि सर्व रस्त्याच्या कडेला गोळा झाले. रस्त्याच्या बाजूला कुणीकुणी कुठे उभे ऱ्हायचे हे मुकादमाने ठरवून दिले. सारे आपापल्या जागेवर उभे राहून आपल्या जागेवरून कसे दिसते हे पाहात होते. त्याच वेळी मुकादम म्हणाला,

'हे बघा, गाड्या आल्याकी उगीच आडवंतिडवं पळू नगा. आता तिथं हायसा तीच जागा धरायची आणि नेहरूंची गाडी रस्त्यावर आली की साऱ्यांनी म्हणायचं, 'पंडित जवाहरलाल नेहरू की जय!' म्हणा बघू.

सारे संकोचाने एकमेकांकडे पाहात होते. मुकादम परत म्हणाला, 'बोला, पंडित...' साऱ्यांनी ती आरोळी ठोकण्याचा प्रयत्न केला. पण ते एका वेळी जमले नाही. बायका तोंडाला पदर लावून हसू लागल्या. पुरुष गोंधळले. दोनतीन वेळा तीच तालीम घेण्यात आली. एका सुरात येऊ लागल्यावर ती तालीम संपली.

मुकादमाच्या हातात घड्याळ होते. सारे राहून राहून त्याला वेळ विचारत होते. सव्वा आठ झाले तरी नेहरूंचा पत्ता नव्हता. हळूहळू लोकांच्यात कंटाळा येऊ लागला. रात्रभराच्या कामाचा थकवा व जागरण शरीरात जडावू लागले. दोघेतिघे पान खाऊ लागले. काहींनी बिड्या फुंकायला सुरुवात केली. बायका घोळका करून कुजबुजू लागल्या. मुकादम वारंवार रस्त्यावर नजर टाकत होता.

अचानक मुकादम ओरडला, 'गाड्या आल्या.'

त्या आरोळीबरोबर साऱ्यांची एकच धावपळ झाली. रस्त्याच्या आपापल्या जागेवर उभे राहिल्यावर जो तो वाकून दूरवर रस्त्यावर पाहू लागला. दूरवर तीन ठिपके दिसत होते. धूळ उडत होती. हळूहळू गाड्या नजरेत दिसू लागल्या. मुकादमाने बजावले,

'आता बघा हं! गाडी रस्त्यावर आल्याबरोबर मी म्हणेन, 'बोला—' की ताबडतोब तुम्ही 'पंडित जवाहरलाल नेहरू की जय!' म्हणायचं. समजलं?'

साऱ्यांनी माना डोलावल्या. प्रत्येक जण अधीर झाला होता. गाड्या स्पष्टपणे नजरेत येताच साऱ्यांचे श्वास रोखले गेले. तीन गाड्या जोराने रस्ता कापीत येत होत्या. पुढे पाठीमागे दोन जीप गाड्या होत्या. मध्ये नेहरूंची गाडी होती. बघता बघता पुढची जीप भरवेगाने रस्त्यावरून गेली. त्या पाठोपाठ राष्ट्रध्वज लावलेली गाडी वायुवेगाने आली. गाड्या रस्त्यावरून जाताना रस्त्यावरची खडी भराभर उडत होती. त्याचा मडगार्डमध्ये खाडखाड आवाज होत होता. गाड्या बघता बघता जशा आल्या तशाच बघता बघता दूर गेल्या. त्या गाड्या केव्हा आल्या व केव्हा गेल्या हे त्या लोकांना समजलेच नाही. नेहरूंचा जयजयकार करायचा तसाच राहून गेला. गाड्या जाताच रस्त्याच्या दोन्ही कडांचे लोक एकमेकांना मिळाले. मुकादमाने विचारले,

'काय रे, नेहरूकी जय का म्हणाला नाही?'

'वा! तुमी 'बोला' कुठं म्हटलं?'

त्या प्रश्नाने मुकादम गोंधळला. स्वतःला सावरत तो म्हणाला, 'नेहरूंना तर बघितलं की नाही?'

'ते का! दिसलं की. मधल्या गाडीत आमच्याच बाजूला बसलं व्हते.' एकजण म्हणाला.

'छा! तुझ्या बाजूला कुठलं, आमच्याच बाजूला बसले व्हते. खरं की न्हाई गुणा?' दुसरा म्हणाला.

'तर काय? चाळशी लावून आमाकडंच त्येनी तोंड केलं व्हतं.' गुणाने साथ दिली.

नंतर गोंधळ माजला. मुकादमाने मध्ये शिरून सांगितले, 'अरे, असं काय करता! मधल्या गाडीत मधीच बसले नव्हते का पंडितजी! एका बाजूला मुरारजी व दुसऱ्या बाजूला हिरे होते. दोघांच्या मधी बसले होते ते...'

'व्हय व्हय—' बाकीच्यांनी माना डोलावल्या. पण साऱ्यांच्या चेहऱ्यावर सूक्ष्म निराशा दिसत होती. प्रत्येक जण दुसऱ्याची नजर टाळत होता. काय बोलावे हे कुणालाच समजत नव्हते. रस्त्याकडे नजर टाकून, एकवार खाकरून मुकादम म्हणाला,

'चला, आता कामाला लागा. रस्त्यावर चाकोऱ्या पडल्यात त्या आताच मुजवल्या पाहिजेत. उशीर झाला तर खडी धरायची न्हाई त्यावर.'

साऱ्यांनी रस्त्याकडे पाहिले. आत्तापर्यंत कुणाचेच रस्त्याकडे लक्ष नव्हते.

जेथून गाड्या गेल्या होत्या तेथे रस्त्यावर दोन लांबलचक चाकोऱ्या पडल्या होत्या.

१९५३

◆

आडोळसा

•❀•

उनाचा तडाखा मी म्हणत होता. सारी धरणी त्यात होरपळून निघत होती. गावातल्या रस्त्यावर चिटपाखरूसुद्धा दिसत नव्हते. गावच्या पाणवठ्यावर पाण्याचा थेंबदेखील वाहात नव्हता. नदीच्या लांबलचक मार्गाकडे पाहवत नव्हते. नदीचा तो पट्टा डबक्यांनी सजवल्यासारखा दिसत होता. अशाच एका डबक्यात गावच्या म्हशी रेटारेटीने आपले अंग भिजवण्याचा प्रयत्न करीत लोळत होत्या आणि गुराखी पोरे दमून-भागून पिंपर्णीच्या सावलीत काचगजग्याचा डाव मांडून खेळत होती.

गावाचं काळंभोर पसरलेलं शिवार पिकाअभावी उघडंबोडकं वाटत होतं. त्या शिवारात अधूनमधून मुरचडून उभी राहिलेली आंब्याबाभळीची झाडे शिवाराला जास्तच भकासपणा आणीत होती. बांधावरच्या वाळलेल्या गवताने साऱ्या शिवारावर चौक मारले होते. त्या शिवारात नाही म्हणायला अधूनमधून एखाददुसरा शेतकरी बैलाची जोडी हाती घेऊन हिंडोरे मारताना दिसत होता. कृष्णाही आपल्या शेतात असाच हिंडोरे मारीत होता, त्याचे काळे कुळकुळीत शरीर उन्हाच्या तापाने भाजून निघत होते. डोक्याला गुंडाळलेल्या मुंडाशातून घामाच्या धारा त्याच्या अंगावर निथळत होत्या. आपला चाबूक बैलाच्या अंगावर फडकावीत तो काम करत होता.

अंगावर पडलेल्या चाबकाच्या फटकाऱ्याने कळवळून ती मुकी जनावरे पाचसहा पावले भरभर टाकीत आणि पुन्हा त्यांची पावले त्या ढेकळलेल्या जमिनीत अडखळत. पुन्हा त्यांच्या पाठीवर चाबूक फडके आणि पुन्हा ती जनावरे पावले उचलीत. कृष्णाची नजर वारंवार गावाकडे वळत होती. उन्हाच्या माऱ्याने त्याचा जीव कासावीस झाला होता, पण त्यापेक्षाही मनातल्या वादळाने त्याचा जीव गुदमरून गेला होता..

कृष्णाचा म्हातारा शेताच्या कोपऱ्यात बांधलेल्या धाटाच्या सावलीत उघडाबोडका बसला होता. हातात चिलीम असूनही ती फुंकायचा धीर त्याला होत नव्हता. उन्हाने त्याचा जीव कासावीस झाला होता. शिवारावरनं येणाऱ्या झळा त्याला बेचैन करीत

होत्या. त्याचे अंग घामाने भिजले होते. त्याच्या कपाळावरची शीरन्शीर तट्ट फुगली होती. कृष्णाला लागलेली काळजीच त्यालाही लागली होती.

कृष्णाची बायको पहिलटकरीण होती. आपला नातू बघायला म्हाताऱ्याचा जीव अधीर झाला होता. कृष्णाच्या बायकोचे दिवस संपून आज वर दोन दिवस उलटले होते. पण ती बाळंत झाली नव्हती. गेल्या दोनचार दिवसांत एकदोन वेळा तिच्या पोटात कळा उठल्या, पण त्या वेण्या ठरल्या नाहीत. त्यामुळे त्या दोघांचाही जीव टांगल्यासारखा झाला होता. घरात बसून तरी काय करायचे; म्हणून ते बापलेक शेतात आले होते; पण कामात त्या दोघांचाही जीव नव्हता. वारंवार कृष्णा गावाकडे नजर टाकत होता. त्याने एकदा सावलीत बसलेल्या म्हाताऱ्याकडे नजर टाकली. सावलीत ठेवलेल्या पाण्याच्या माठाकडे पाहून त्याने काम थांबवले व डोक्याचे मुंडासे काढून घाम पुसत तो तिकडे वळला.

सावलीत शिरत तो म्हाताऱ्याला म्हणाला, 'लई उनाचा तडाखा! अक्षी घामाची धार लागलीया बघ.'

'तर काय! जीव नकोसा झालाया ह्या धगीनं.'

'इतकं गदमदल्यासारखा पाऊस पडेल तर बरं.' आकाशाकडे पाहात कृष्णा म्हणाला. चोहोबाजूला क्षितिजाच्या कडेने ढग उठत होते. सूर्य पश्चिम क्षितिजाकडे कलला होता. एखाददुसरा ढग डोक्यावरून कापूस पिंजत जात होता.

कृष्णाने वाडग्यात पाणी घेतले. पाण्याची धार वरून तोंडात ओतत असताना थोडे पाणी त्याच्या छातीवर सांडत होते. त्या थंड स्पर्शाने त्याला बरे वाटत होते. नरड्यातून पाणी उतरत असताना घड्ऽऽघट्ऽऽ असा घोगरा आवाज येत होता. भरपूर पाणी ढोसल्यावर त्याने म्हाताऱ्याकडे पाहिले व विचारले, 'पाऊस येईल वाटतं.'

म्हातारा खोकत म्हणाला, 'त्याचा कुणी नेम सांगावा पोरा! आडोळशाचा पाऊस ह्यो! त्याला डोळं थोडंच असत्यात? पडला तर पडला-गेला तर गेला.'

कृष्णाने जनावरांकडे नजर टाकली. खाली मान घालून ती उभी होती. त्यांच्या शेपट्यादेखील वळवळत नव्हत्या. त्यांच्या तोंडची लाळ जमिनीला पोचली होती. पाठीवर चाबकाचे वळ उठून दिसत होते. कृष्णाला त्यांची दया आली. त्याने वाडग्यात पाणी ओतून घेतले आणि बैलांच्या जवळ जाऊन त्या थंड पाण्याचे हबके हाताने त्यांच्या पाठीवर मारले. त्या थंड स्पर्शाने क्षणभर त्या जनावरांची अंगे शहारली. वाडगा ठेवून तो परत बैलांच्या पाठीशी उभा राहिला आणि चाबूक हवेत फडकावीत त्याने हाक दिली.

'च्यक् च्यक्! हैक ऽहैक' कोरड्या पडलेल्या जमिनीला दुभंगत तो पुढे जाऊ लागला. जमिनीतली ढेकळे उन्मळून वर पडू लागली.

बघता बघता सोसाट्याचा वारा सुरू झाला. आडवातिडवा वारा थैमान घालू लागला. धरणीवर जेवढा पालापाचोळा असेल तेवढा घेऊन तो वारा कानात वारा शिरलेल्या पाडसासारखा इतस्तत: उधळत होता. त्याच्या तडाख्यात सापडलेली झाडे आपल्या वाळलेल्या व पिवळ्या पानांना मुकत होती. आकाशात ढग होलपटले जात होते. कृष्णाने गावाकडे नजर टाकली. समोरचे दृश्य तो भारल्यासारखा होऊन बघत राहिला. एकदोन पत्र्याची पाने आकाशात फडफडत होती. गावावर उठलेल्या व आकाशाला भिडलेल्या धुळीच्या चक्री वादळात कुणाची तरी गंज सापडली होती. जिकडेतिकडे धूळ, पालापाचोळा ह्याखेरीज काही दिसत नव्हते. वाऱ्याला पाठ करून कृष्णा ते निसर्गाचे तांडव बघत होता. सावलीकरीता उभारलेल्या धाटाच्या छपरावरची धाटे जेव्हा वारा शिरून फडफडू लागली तेव्हा म्हातारा गडबडीने उठला. धाटावर वजनासाठी ठेवलेले दगड डोक्यावर पडतील ही त्याला भीती वाटली आणि तो छपराबाहेर आला.

त्याच वेळी ढगाच्या नगाऱ्यावर पडलेली पहिली टिपरी कृष्णाच्या कानांवर आली. त्याने चमकून पूर्वेच्या दिशेला पाहिले. क्षितिजावर ढगांनी दाट फळी धरली होती. विजा चमकत होत्या. जणू ढगांचे प्रचंड राजवाडे पूर्वेला उभारले जात होते. आकाशातले सारे ढग पूर्वेला गोळा होत होते. बघता बघता निम्म्या आकाशाला ती ढगांची काळीभोर फळी पोहोचली. कृष्णा म्हाताऱ्याला ओरडून म्हणाला,

'पाऊस येणार गाऽ!'

म्हाताऱ्याने उत्तर दिले, 'येईल असं वाटतंया! पण ते काय नेमातलं नव्हं! वारं थांबलं न्हाई तर उधळंलबी. ह्यो काय हुकमी पाऊस हाय थोडाच!'

कृष्णाने म्हाताऱ्याच्या बोलण्याकडे लक्ष दिले नाही. हळूहळू वारा थांबला. जसा तो आला तसाच तो कुठे गडप झाला. सर्वत्र शांतता पसरली. विजा चमकत होत्या. आकाश गडगडत होते. उकाडा तर भयंकर वाढला होता. सगळीकडे वातावरण अगदी तंग झाले होते. पश्चिमेच्या मोठ्या ढगांच्या फळीआड सूर्य गेला आणि सारे वातावरण अगदी कुंद झाले. शेतात बैलांच्या जोडीमागे उभा राहून कृष्णा आशेने त्या ढगांकडे पाहात होता.

'कड्कड्-कडाड्कड् ऽ ड्ड्ड्—' करीत एक विजेचा लोळ दूरच्या काळवटात उतरलेला कृष्णाने पाहिला. त्याचे डोळे दिपले. त्या कानठळ्या बसवणाऱ्या आवाजाने जनावरे बिथरली. कृष्णाने गडबडीने जनावरे मोकळी केली आणि तो छपराकडे 'म्हाताऱ्या, पाऊस आला गाऽ' म्हणत थांबला.

पावसाचा पडदा झरझर पुढे सरकत होता. दूरवर पडणाऱ्या थेंबांचा तड्तड् आवाज त्या दोघांच्या कानांवर येत होता. पहिल्या गार वाऱ्याबरोबर जमिनीचा खरपूस वास त्या बैलांच्या नाकांत शिरला. आकाशाकडे तोंड करून नाकपुड्या

फेंदारून त्या जनावरांनी तो वास परत हुंगला आणि ते पळत सुटले. पण आठदहा पावले टाकायच्या आतच पावसाचे टपोरे थेंब त्यांच्या पाठीवर पडू लागले. त्या गार स्पर्शाने शांत होऊन ती जनावरे भिजू लागली. मोठ्या समाधानाने एका बैलाने एक दीर्घ हंबार केला.

विजांच्या कडकडाटांत आणि ढगांच्या गडगडाटांत पाऊस उभा कोसळत होता. तापलेल्या जमिनीवर पडणाऱ्या टपोऱ्या थेंबांतून वाफा उठत होत्या. हळूहळू नांगरलेल्या जमिनीतले हिंडोरे त्या पाण्याने ढासळू लागले. विरघळू लागले. शेतातल्या सऱ्या मुजू लागल्या. पुरे भिजून थंड होताच बैल छपराजवळ येऊन उभे राहिले. कृष्णा व म्हातारा त्या छपराच्या गळतीतून स्वतःला वाचविण्याचा प्रयत्न करीत होते. जमिनीवरून पाणी ओघळू लागले. छपराखालची जमीन ते पाणी आत शिरून भिजू लागली.

पावसाचा पहिला तडाखा जरी कमी झाला तरी पाऊस पडतच होता. आकाशाची फळी अद्याप फुटली नव्हती. हवेत गारठा आला होता. म्हातारा चिलमीला फडके लपेटून ती पेटवायचा प्रयत्न करीत होता. पण वाऱ्याने काडी टिकत नव्हती. कृष्णाने म्हाताऱ्याची चिलीम पेटवली व म्हातारा समाधानाने धूर काढू लागला. कृष्णाने चंची काढली. सुपारी-तंबाकू खाऊन तो विजांकडे बघत पिंक्या टाकू लागला.

झिरमिरा पाऊस पडत असताना पश्चिमेला क्षितिजाची ढगांची फळी फोडून सूर्याने आपले किरण धरित्रीवर फेकले, पिवळ्या-तांबड्या उन्हात पाऊस चकाकत होता. कोल्हाकोल्हीच्या लग्नाची हळद सर्वत्र पसरली होती. आकाशातील ढगांची फळी फुटत आली होती. हळूहळू पाऊस अगदी थांबला.

सूर्यही मावळायला आला होता. कृष्णा म्हणाला, 'पाऊस झक्क पडला. जमिनीचा कड फुटला की जमीन मळायला लई सोपी.'

पण म्हाताऱ्याचे लक्ष कृष्णाच्या बोलण्याकडे नव्हते. तो म्हणाला, 'पोरा, ऊठ आता. जाऊ घरला. ह्या पावसानं आणि वादळानं घराची दैना केली असंल. गळती लागली नसली म्हंजे मिळवली. पोरीजवळ एकटी म्हातारीच हाय.'

म्हाताऱ्याने गडबडीने पाण्याचा माठ कोपऱ्यात ठेवला. कृष्णाने नांगर खांद्यावर घेतला आणि बैलांचे कासरे हातात घेऊन तो चालू लागला. चालताना त्यांच्या वहाणांना पेंड चिकटत होती. पाण्याची डबकी इतस्ततः पसरली होती. शिवारातील झाडे हिरवीगार दिसत होती. नदीच्या दिशेने एक टिटवी ओरडत होती.

पाणवठ्याच्या अलीकडे येऊन कृष्णाने गावावर नजर टाकली. सारे गाव धुऊन स्वच्छ झाले होते. वेशीतून पाणवठ्याच्या दिशेने पाण्याचे ओघळ वाहात होते. साळुंख्यांचा आणि कावळ्यांचा कलकलाट त्या झाडांवर वाढला होता. नदीच्या

पात्रातले पाण्याचे साठे गढूळल्यासारखे दिसत होते. मधून मधून पडणाऱ्या थेंबांनी त्यात वर्तुळे उठत होती.

कृष्णाने पायातल्या वहाणा हाती घेतल्या आणि तो पाणोठा ओलांडू लागला. पाणोठा ओलांडून तो गावच्या वेशीत आला. त्याच वेळी त्याच्या कानावर आवाज आला. त्याने त्या आवाजाच्या दिशेने पाहिले, तो गावावरचा ओढा घोंगावत, फेसाळत भरून येत होता. कृष्णाने म्हाताऱ्याला सावध केले, 'म्हाताऱ्या ओढा आला रंऽ!' म्हातारा नदीच्या काठाला जवळ जवळ आलाच होता. त्याने त्वरेने उडी मारून काठ गाठला आणि तो लोंढा खळाळत गेला. त्या गढूळलेल्या पाण्याबरोबर आलेल्या काटक्या, पालापाचोळा पाणोठ्यावर पसरला. ते दृश्य बघत असतानाच कृष्णाच्या कानावर हाक आली. गावाकडून त्याचा धाकटा भाऊ धावत येत होता. कृष्णाच्या मनात चर् झाले. कुठे तरी वीज कडाडली. त्याचा भाऊ त्याच्याजवळ येऊन धापा टाकत सांगू लागला.

'तुलाच बोलवायपायी निघालो व्हतो. चल लवकर घरला.'

'अरं, पन झालं काय?' म्हातारा अधीर होऊन खेकसला.

'काय झालं? पोरगा!'

'खरं सांगतुयास?'

'तर काय खोटं सांगतोय का काय? पोरगा झाला! तवा धुमाट सुटलो तुमास्नी बोलवाया.'

म्हातारा म्हणाला, 'चल पोरा बिगी बिगी' आणि कृष्णाने पाऊल उचलले. पाहता पाहता ते गावात शिरले.

वेशीत पावासाने व थंडीने गारठलेली कोंबडी आपली पंखे फडकावीत फिरत होती. आकाशात ढग धुमसत होते. आणि साऱ्या गावावर एक इंद्रधनुष्य आकाशाला छेदून उमटले होते.

आणि कृष्णाच्या डोळ्यांत आनंदाचे अश्रू तरळत होते.

◆

ठुशी

तुकाराम शिंपी आपल्या दुकानात मशीनवर बसला होता. पण समोरच्या कामात त्याचे चित्त लागत नव्हते, काही सुचत नव्हते. गावात तो जवळजवळ वीस वर्षे धंदा करीत होता. साऱ्या गावचे काम तो एकटा चालवत होता पण आजच्यासारखा दुर्मुखलेला व काळजीत बसलेला त्याला गावाने कधी पाहिला नव्हता. दुकानाच्या समोर कट्ट्यावर कल्लाप्पा बसला होता. त्याचे वय झाले होते. तुकारामापेक्षा वयाने फार मोठा. गावचा वडीलधारा माणूस. बहुतेक दिवसभर तो तुकारामाच्या कट्ट्यावर बसून रस्त्यावरून जाणाऱ्या-येणाऱ्याशी गप्पागोष्टी करी. कल्लाप्पा सकाळपासून बसला होता. तुकारामाचे मशीन आज बरोबर चालत नाही हे त्याच्या ध्यानी आले होते. त्याचे कारणही त्याने हेरले होते. पण तुकारामाकडून ती गोष्ट येण्याची तो वाट पाहात होता.

पंधरा दिवासंपूर्वी गावात वदंता उठली होती की, गावात दुसरे शिंप्याचे दुकान निघणार. त्या पाठोपाठ गुरवाच्या घराचा पुढचा जाप्ता भाड्याने गेल्याचे लोकांना समजले. एक दिवस खाकी हाफ पँट, आखूड बाह्यांचा शर्ट घातलेला तरुण आपल्या साथीदारांसह गावात आला. दिवसभर राबून त्यांनी गुरवाच्या जाप्त्याला रंगरंगोटी केली आणि दाराला कुलूप लावून ते निघून गेले. दोन दिवसांमागे—संध्याकाळी डोणातून ते गावात उतरले. त्यांच्याबरोबर शिवायचे मशीन, दोन लाकडी पेट्या, एक कपडा कापायचा फळा वगैरे सामान होते. गुरवाच्या जाप्त्यात सामान लावून तो साथीदार निघून गेला आणि दुसऱ्या दिवशी दुकान सुरू झाल्याचे साऱ्या लोकांच्या लक्षात आले. परगावच्या एका पोराने कुणालाही न विचारता बेलाशक गावात दुकान थाटावे हे गावकऱ्यांनाही लागलेच. तुकारामालाही तीच चिंता असावी असे कल्ल्पाला वाटत होते. त्याने एकवार तुकारामाकडे पाहिले. बिडी पेटवून तुकाराम मशीनवर नुसता बसला होता. चुरगळलेल्या कपड्यावर एक हात ठेवून तुकाराम बसला होता.

'तुका—'

'हां!' तुकारामाने दचकून कल्लाप्पाकडे पाहिले.

'कसला इचार करतोस?'

'काय सांगू कल्लाप्पा? माझं सारं वय ह्या गावात ह्यो धंदा करण्यात गेलं. चार पोरं पदरात हाईत. एकाचा धंदा चालायची मारामार, तिथं दोघांची पोटं कशी भरायची!'

'खुळा हाईस तू, लेका! नुकती मिशी फुटलेलं पोर हाय त्ये. सकाळी बघितला हाय म्या. त्याच्याकडं कोन जाईल? कुडतं शीव म्हनलं तर लंगोट शिवून मोकळा होईल त्यो.'

'दादा, तसं म्हनू नगस. किती केलं तरी त्यो एकटा; तरना-ताठा हाय. कांपीटीशन केली तर कुठं लागनार मी!'

'अरं, पन आजवर गावचं वळन तुझ्याकडं. ते काय खुळं हैत व्हय त्याच्याकडं जायला!'

'नदीचं वळन टिकत न्हाई त्ये माझं टिकनार व्हय?' तुकाराम खिन्नपणे हसून म्हणाला.

कल्लाप्पा उठून आत आला आणि म्हणाला, 'एवढा घोर लागाला तुला तर जाईल त्यो गावातनं. गावानं त्याला बोलावलं नव्हतं. गावालाबी एक शब्दानं त्यानं सांगितलं नव्हतं. गाव सांगल त्याला जा म्हनून. त्यात काय?'

'नगं दादा, एवढं मातूर नगं. व्हय शब्दान शब्द वाढायचा. सरकार दरबार व्हायचं. पूर्वीचं दिवस गेलं. जे हुईल ते हुईल.'

'बरं; ऱ्हायलं. पन तुका, तुला सांगतो, गाव तुला टाकायच न्हाई. इस्वास ठेव माझ्यावर.' एवढे बोलून म्हातारा खोकत घराकडे गेला. उसासा सोडून तुकाराम मशीन चालवू लागला.

पांडू सकाळी उठून नदीवर आंघोळ करून आला. त्याने दुकान उघडले, वळकटी गुंडाळून ठेवली. फणीने केस विंचरून टोपी घातली आणि मशीनवर फडके मारायला सुरुवात केली. मशीन पुसून होताच त्याने दुकानाच्या बाकीच्या फळ्या उघडल्या आणि मशिनवर तो जाऊन बसला.

गावात येऊन दुकान उघडून त्याला आठ दिवस झाले होते. एक दोन किरकोळ गिऱ्हाइके सोडली तर त्याच्या दुकानाला काम नव्हते. पदरच्या शिध्याचा स्वयंपाक रांधून तो खात होता. दिवसेंदिवस जवळचे पैसे संपत होते. गावचे एक-दोन लोक सोडले, तर कुणाची ओळख झाली नव्हती. गाव त्याची ओळखही करून घेत नव्हते. सकाळपासून संध्याकाळपर्यंत तो नुसता दुकानात बसून रस्त्यावरची माणसे बघत बसे. सकाळ-संध्याकाळ पाण्याला जाणाऱ्या बायका दुकानावरून जाताना

तोंडाला पदर लावून त्याच्याकडे पाहून फिदीफिदी हसत आणि त्याचे तरणे रक्त उसळून उठे.

एक दिवस दोन प्रहरी तो गिऱ्हाइकाचा लंगोट शिवत बसला होता. रस्त्यात अगदी तुरळक वर्दळ होती. बाहेरच्या उन्हाच्या झळा दुकानात शिरत होत्या. त्याच वेळी अनवाणी पायाने समोरच्या रस्त्यावरून येणाऱ्या एका बाईकडे त्याचे लक्ष वेधले. तांबडे पातळ नेसलेली एक तरणीताठी बाई येत होती. पिवळी तंग चोळी तिने घातली होती. त्यामुळे तिची छाती अधिकच उठून दिसत होती. ती बाई त्याच्या दुकानाकडेच येत होती. गडबडीने पांडू मशीनवर पाय मारू लागला. त्याची छाती धडधडू लागली. ती बाई दुकानासमोर थांबल्याचे त्याला जाणवले, पण डोळे वर करून पाहायची त्याला छाती झाली नाही. थोडा वेळ गेला. त्याने कलत्या नजरेने पाहिले. जोडवी घातलेले गोरेपान पाय, अर्धवट दिसणाऱ्या पिंढऱ्या. पांडूचा चेहरा घामाने डबडबला. धीर करून त्याने मान वर केली. बाई तर त्याच्या डोळ्याला डोळा भिडवून उभी होती. धीर करून पांडूने विचारले—

'काय बाई?'

'एवढी ठुशी शिवून दे दादा.' असे म्हणून तिने चोळी पुढे केली. थरथरत्या हाताने पांडूने ती घेतली. उगीच बघितल्यासारखे केले व तो म्हणाला,

'बरं.'

'पन काय घेनार?'

पांडूने परत तिच्याकडे पाहिले. तिच्या गळ्यात पोत होती. त्या खाली... आवंढा गिळून तो म्हणाला,

'दोन आनं द्या बाई!'

'कोनत्या गावचं-मंबईचं?'

'न्हाई, संकेश्व.' किंचित हसून पांडूने उत्तर दिले.

'हे संकेश्वर नव्हं! म्हनं दोन आनं. आन ती चोळी.'

गयावया करीत पांडू म्हणाला, 'तुम्हाला जे द्यायचं त्ये द्या. मग तर झालं?'

'एक ख्याप बघनार मी. मनाजोगं काम झालं तर पुढच्या वक्ताला चोळी शिवायला तुझ्याकडंच टाकीन, तवा पैसं दीन. हाय कबूल?'

'बरं.'

'सकाळी ईन मी. तवर तयार करून ठेव चोळी. '

'बरं.'

ती जशी आली तशी निघून गेली. पण बराच वेळ तो ती चोळी घेऊन मशीनवर तसाच बसून राहिला. शेवटी भानावर येऊन त्याने आजूबाजूला पाहिले. कोणीसुद्धा नव्हते. मशीनवर चढवलेला लंगोट त्याने काढून खाली फळ्यावर फेकून दिला

आणि चोळीची फाटलेली ठुशी तो दुरुस्त करू लागला.

दुसऱ्या दिवशी लौकर उठून पांडूने दाढी-आंघोळ आटोपली. केस चापूनचोपून बसवले. दुकान स्वच्छ केले आणि तो मशीनवर बसला. एक काम नावापुरते त्याने हातांत घेतले. त्याचे सारे लक्ष रस्त्यावर होते. इस्त्रीचा शर्ट व विजार त्याने घातली होती. वारंवार त्याचे लक्ष उजव्या हाताला घडी करून ठेवलेल्या चोळीकडे जात होते.

उन्हे चढली तरी गिऱ्हाइकांचा पत्ता नव्हता. पांडू क्षणाक्षणाला अस्वस्थ होत होता. त्याच वेळी दुकानाबाहेर पायताणा करकरल्या. एक भरदार छातीचा, डोईला फेटा, अंगात मलमली सदरा घातलेला व धोतर नेसलेला उंच, धिप्पाड मनुष्य त्याच्या दुकानासमोर उभा होता. त्याचे तांबरलेले डोळे, काळ्याभोर गलमिश्या पाहताच पांडू भेदरला. नकळत तो उठून उभा राहिला. त्याच वेळी त्या माणसाने विचारले,

'नाव काय रं तुझं?'

'पांडू.'

'चोळी तयार झाली का?'

'झाली ऽ ऽ' चाचरत पांडू बोलून गेला.

'आन इकडं.'

'पन तुमी...'

'मी दाल्ला हाय तिचा. दे चोळी.'

पांडूने पुढे केलेली चोळी त्याने खस्‌दिशी हिसकावून घेतली व विचारले,

'किती पैसं झालं?'

पांडूची बोबडी वळली होती.

'बोल की-' आवाज चढवून त्याने विचारले.

'पैसं न्हाई.'

'फुकट म्हन की!'

नकळत पांडूने मान डोलावली. त्याबरोबर तो कडाडला, 'ती तुझी भन, आई— का कोन? उगीच फुकट काम करतोस? बोल की.'

—पांडू थरथरत उभा होता. साऱ्या अंगाला घाम फुटला होता. चार आजूबाजूची माणसे गोळा झाली होती.

'ऐक पोरा, मल्ला म्हनत्यात मला. गावात येऊन आठ दीस झालं न्हाईत तर हे गून उधळलंस! याद राख, सांगून ठेवतो, परत तिच्याबरोबर बोलताना दिसलास तर हाडन् हाड मोडून दीन गावाला. गमजा करतोय!' आणि जसा तो आला तसा तरारा निघून गेला. पांडू मटकन् खाली बसला. जमलेले लोक विचारत होते आणि

डोळ्यांत पाणी आणून पांडू सांगत होता, 'खरंच न्हाई हो—' पण शब्दच फुटत नव्हता. जरा वेळाने दुकानासमोरची गर्दी ओसरली. एक-दोघे राहिले. त्यांतल्या एकाला पांडूने विचारले, 'हा मल्ला कोन?'

'बाबारे! वारुळातल्या नागाला दुखवलंस तरी एक येळ चालंल; पन ह्या मल्लाच्या वाटंल जाऊ नगस, सारं गाव त्याचं नाव काढलं तर मुतून घेतंय्! मागल्या वर्साला एका काठीनं त्यानं गडी झोपवला! पानीसुदीक मागितलं न्हाई त्यानं! तुलाबी काय गाव ओस पडलं व्हतं ते त्याच्या बायकोच्या मागं लागलास त्ये!'

'न्हाई; देवाच्यान...' पण पुढचे ऐकायला तो थांबलाच नाही. सारा दिवसभर पांडू तळमळत होता. रात्री त्याला झोपसुद्धा लागली नाही.

दुसऱ्या दिवशी दिवस चांगला वर आल्यावर त्याने दुकान उघडले आणि तो तसाच दुकानात बसून राहिला. दोन प्रहरी दोन घास पोटात घालून तो कामाला लागला. थोडा वेळ गेला असेल नसेल तोच त्याला ती बाई परत येताना दिसली.

—पांडूच्या घशाला कोरड पडली! ती बाई समोर येऊन उभी राहिली तरी त्याला वाचा फुटली नाही. ती हसत त्याच्याकडे पाहात उभी होती. एक खण पुढे करीत ती म्हणाली,

'ह्याची चोळी शिवा.'

मंतरलेल्या माणसासारखा हात पुढे करून त्याने चोळी घेतली. तिची नजर टाळीत त्याने विचारले,

'मल्ला तुझा नवरा?'

'व्हय्.' लाजून ती म्हणाली, 'त्यांचं मनावर घेऊ नगंसा. तसंच हाईत त्ये.'

'बरं बरं-' ती बाई कधी जाईल असे पांडूला झाले होते.

'आनी मापाला चोळी नगं?'

'पायजे की!'

त्रासून तिने चोळी पुढे केली व म्हणाली, 'उद्या व्हईल तयार?'

'बरं.'

'चांगली शिवा हं.'

'हं.'

शेवटी एकदाची ती निघून गेली! पांडूने घाम टिपला आणि तो त्या चोळीच्या खणाकडे पाहात बसला. रस्त्यावर जरा जरी खट्ट वाजले तरी तो चमकून रस्त्याकडे पाहात होता. मनगटे चावत विचार करीत तो नुसता बसून राहिला होता.

संध्याकाळी मल्ला रस्त्याने जाताना त्याला परत दिसला. त्याच्या खांद्यावर काठी होती. त्या काठीला बोचके अडकवले होते. त्याला पाहताच पांडूने मान खाली

घातली. त्याची छाती उडू लागली. कपाळाला झेंडू फुटला. त्या करकरत येणाऱ्या वहाणा परत दुकानाशी थांबल्या. पांडूने भीतभीत मान वर केली. त्याचे सारे अंग कापत होते. मल्ला पानाची पिंक टाकीत म्हणाला,

'काय पांडबा?'

'आईच्यान, मी न्हाई...'

'जित्याची खोड मेल्याबिगर जानार न्हाई हे ठावं हाय् मला. परत आज दोपारी तिच्यासंगं कुजूबुजू गोष्टी करत व्हतास न्हाई का? तुला सांगून ठेवतो, आता निघालोय गावाला. उद्या सकाळी ईन परत; तवंर काय गमजा करून घ्याच्या त्या घे. उंद्या सकाळी तुला-मला गाठ हाय. खंडोबाची आन. न्हाई तर मल्ला नाव सांगनार न्हाई.'

—एवढे एका दमात बोलून तो आला तसा निघून गेला. तो जाताच पांडू थरथरत उठला. त्याच्या तोंडाला फेस यायचा तेवढा बाकी राहिला होता! गावच्या एकदोन माणसांची मदत घेऊन त्याने आपले मशीनसहित सारे सामान डोणात ठेवले आणि कुणाशी काही न बोलता तो निघून गेला.

—दुसऱ्या दिवशी गुरवाचा जाप्ता सताड मोकळा होता!

◆

वाळवण

•❋•

देशरानावरची बाभुळवाडी मध्यान्हीच्या वैशाखात तावत होती. धाब्याची पडकी-उघडी घरं घेऊन ते गाव उन्हात होरपळत निपचित उभं होतं. डोहासारखी कृष्णामाईची मळी उघडी पडली होती. गावच्या वाटेवरनंच सखानं नदीकडे नजर टाकली. गावच्या उतारावरून बाभळीच्या वाटेनं जाणारा तो तांबडा रस्ता सखानं नदीपर्यंत न्याहाळला. रस्त्यावर ढोरसुद्धा नव्हतं. क्षणभर तो त्या रस्त्याकडेच पाहात उभा राहिला. डोकं खाजवत विचार केला. सकाळीच लगोरीच्या डावात त्याचं आणि रामूचं भांडण झालं होतं. डाव सोडूनं तो तसाच घरला आला होता. साऱ्यांनी त्याला वगळलं होतं, पण सखाला त्याची पर्वा नव्हती. त्यानं ठरवलं होतं — नदीत जायचं, खूप डुंबायचं, कपडे धुवायचे, मजा करायची. अगदी एकट्यानं. सखानं पाठीवरचं बोचकं सरळ केलं. खिशातली गलोल काढून त्याने गळ्यात अडकवली आणि रणरणत्या उन्हातून नदीकडे चालू लागला. गावाखाली उतरून जेव्हा. तो नदीच्या वाटेला लागला, तेव्हा त्याच्या पायांना तापलेला फुपोटा जाणवू लागला. नकळत रस्त्याकडेच्या बाभळीची सावली हुडकत त्याची पावलं जाऊ लागली. सगळा शिवार ओकाबोका होता. उन्हात तापत होता. चालता चालता सख्याचं डोकं तापलं. कानशिलांवरनं घाम ओघळू लागला. चालता चालता तो थांबला.

समोर बाभळीच्या खुडक्यावर एक मोठा सरडा ऐटीनं बसला होता. त्याचं अंग तांबडंबुद होतं. मान वर करून तो आपल्या मानेचा फुगा फुगवत होता. शेपटीचं टोक वळवत होता. सखानं पटकन बोचकं खाली ठेवलं. गळ्यातली गलोल काढली. रस्त्यावरचा गोल वजनदार दगड उचलला. जरा पुढं होऊन त्यानं गलोल ताणली. दगड सुटला आणि खोडावर आपटून खाली पडला. सरडा वेगानं झाडावर सरसरत गेला.

'कुठं जाशील?' म्हणत सखानं ओठ आवळले, दगड गोळा केले आणि तो बुंध्याजवळ आला. ज्या बाजूला सखा होई त्याच्या विरुद्ध बाजूला अंग लपवत

सरडा झाडावर चढत होता. एकामागोमाग एक सखानं चार दगड मारले, पण सारे चुकले. सरडा आता एका बारीक फांदीच्या टोकाला आला होता. त्याचं पांढरं पोट दिसत होतं. सखानं एक जाड दगड घेतला आणि हात थरथरेपर्यंत गलोल ताणून दगड सोडला. सरडा उरफाटा-तिरफाटा होऊन खाली रस्त्यावर आदळला. सरडा कुपाकडे सरकत होता. 'अजून जित्ता हाईस—?' म्हणत सखानं हातानं एक मोठा दगड उचलला आणि सरड्यावर घातला. गळ्यात गलोल अडकवली, बोचकं उचललं आणि तो चालू लागला.

मळीवर तो आला. सारी मळी उघडी पडली होती. नदीपलीकडच्या रामाच्या बेटावरील हिरवी झाडी मलूल दिसत होती. पाणवठ्यावर कोणीही दिसत नव्हतं. सखा ते पाहून आनंदला. 'च्यायला भरपूर डुंबायचं!' म्हणत त्यानं पावलं उचलली. मळी उतरून त्यानं वाळूवर चार पावलं टाकली. पायाला चटके बसताच तो म्हणाला, 'च्यायला ऊन का सोंग!' भरभर तो नदीच्या पात्राशी गेला. पाण्यात पाय बुडवताच त्याला बरं वाटलं. धुण्यासाठी टाकलेल्या एका दगडावर त्यानं बोचकं ठेवलं. परत त्याचा विचार फिरला. पाणवठा सोडून जरा वर मळीत एक निंबाचं झाड उभं होतं. बोचंक उचलून त्यानं झाड गाठलं. बोचकं ठेवलं. आपलं कुडतं, चड्डी काढून लंगोटा आवळला आणि बुंध्याला टेकून तो बसला. उजव्या हातानं त्यानं बोचकं मांडीवर घेतलं. बोचक्यातली साबणाची वडी, कपडे बाजूला ठेवले. टॉवेलची एका बाजूला दुरमडलेली घडी सोडली. त्या घडीत ठेवलेली बिडी आणि काड्याची पेटी त्यानं हातात घेतली. सकाळीच त्यानं बापाच्या बंडलातून बिडी काढून ठेवली होती. आईनं कोनाड्यात ठेवलेल्या पेटीचा तिलासुद्धा पत्ता नव्हता. सखाने पाय लांब सोडले. आजूबाजूला बिघतलं. पाणवठ्याच्या रस्त्याला बघितलं. कोणीसुद्धा नव्हतं. बिडी ओठांत धरून त्यानं मान वाकवली आणि काडी ओढली. पेटती काडी बिडीच्या टोकावर धरून त्यानं जोरानं लागोपाठ दोन झुरके घेतले. बिडी चरचरली. घशात जाणाऱ्या धुरासरशी सखाचा जीव गुदमरला. ठसका लागला आणि सखाच्या नाकातोंडातनं कोंडलेला धूर बाहेर पडला. सखाचे डोळे चुरचुरले. बिडी हातात धरून तो ठसकू लागला. कुडतं घेऊन त्यानं डोळे पुसले. तो पुटपुटला, 'लागली वाटतं! अशी रोज लागल? —सारं गाव वाढतंया त्यास्नी लागत न्हाई बरी?'

पुन्हा त्यानं बिडी तोंडात धरली. बेतानं ओढली. धूर आला नाही. जरा जोरानं ओढली. धूर आला आणि परत सखा ठसकला. घशात बिडीच्या धुराचा वास गवगवत होता. त्यानं बिडीचा नाद सोडला. बिडी विझवली आणि तिथंच ठेवून कपडे गोळा करून उठला. पाणवठ्यावरचा एक चांगला दगड बघून त्यानं ते कपडे दगडावर ठेवले. पाणी मारून ते कपडे भिजवले आणि एकेका कपड्याला साबण

लावून तो कपडे धुऊ लागला. कपडे बडवताना अंगावर उडणाऱ्या पाण्याचा स्पर्श त्याला बरा वाटत होता. कपडे धुऊन त्यानं वाळवंटावर वाळत घातले. कपडे वाळत घालीपर्यंत त्याचे पाय पोळले. मग पळत जाऊन त्यानं नदीत अंग टाकलं. थंड पाण्यानं त्याच्या अंगावर काटा उभा राहिला. तापलेलं डोकं थंड झालं. पात्राच्या मध्ये जाऊन त्याने बुडी मारली. कानावर दाब पडेपर्यंत तो खाली गेला. दम कोंडेनासा झाल्यावर वर आला. सखानं काठाकडे पाहिले. कोणीसुद्धा नव्हतं. गावापर्यंत कुणीसुद्धा दिसत नव्हतं. तो परत काठावर आला. दगडावरचं पाणी वाळलं होतं. हातानं पाणी उपसून त्यानं दगड भिजवला आणि दगडावर बसून कपरीनं पाय घासू लागला. पायाची आग होऊ लागली तशी त्यानं कपरी टाकली. डोकं तापलं होतं. खालून बूड तापत होतं. 'च्यायला ऊन नव्हं; सोंग!' म्हणत त्याने साबण खसाखसा अंगावर चोळला आणि तो परत पाण्यात शिरला.

सपसप हात मारत त्यानं पलीकडचा काठ गाठला. तिथं उभा राहून तो बेटाकडे बघू लागला. कोणी दिसत नव्हतं. तेवढ्यात डोक्यावरून एक पारव्यांचा हिंड खडकाकडे जाताना दिसला. तो कळप डोक्यावर येताच त्यानं हात उंच केले आणि जोरानं तो ओरडला, 'ईऽऽहऽहऽह—' पारवे चांगले आणि थोडं अंतर जाऊन पुन्हा मिळाले. खडकाकडे दिसेनासे होईपर्यंत तो त्यांच्याकडे बघत होता.

सखानं गावाकडे पाहिलं. कुठंसुद्धा मनुष्य दिसत नव्हता. सखा संतापला. म्हणाला, 'पटकी आली गावात! मेली सगळी!' पुन्हा तो पाण्यात पडला आणि पाणी कापत त्यानं दगड गाठला. दगडावर पाणी झटकून तो परत दगडावरच बसला. पायाने पाणी उडवत असताना कडेला आलेल्या एका चिंगळीकडे त्याचं लक्ष गेलं. त्याने पाय वर घेतले आणि तो बघू लागला. दोन चिंगळ्या दगडाजवळ घोटाळत होत्या. खाकरून तो पाण्यावर थुंकला. सातआठ चिंगळ्यांची झटपट उडाली. पुन्हा पुन्हा खाकरून तो थुकंत होता. मासे बघत होता. भरपूर मासे गोळा झाल्यासारखे दिसताच त्याने बेतानं जवळचा दगड उचलला. पाण्यावर मारला. पाणी त्याच्या डोक्यापर्यंत उडालं. सखानं बघितलं; तो एकही मासा तिथं नव्हता. तो नाद सोडून तो परत पाण्यात पडला. उताणे हात मारत तो पोहू लागला. पलीकडचा काठ गाठताच उभा राहिला आणि त्याने जोरानं गाणं म्हणायला सुरुवात केली — 'सुंदरा मनामधे भरली—तरना तरना तरना ऽ ऽ.' तो आवाज मळीवर, बेटावर घुमला. मग त्याची उजळणी झाली, आणि शेवटी आपोआप गाणं बंद झालं. सखा परत पाण्यात पडला.

त्याच वेळी मळीवरनं दोनतीन म्हसरं, एकदोन शेळ्या पाणवठ्याकडे येताना दिसल्या.

त्या जनावरांपाठोपाठ एक सात-आठ वर्षांचं पोर येत होतं. गांधी टोपी, कुडतं,

चड्डी. तोंडात पानाची पिपानी वाजवत येणाऱ्या पोराकडे सखा पाण्यातनंच बघत होता. सखानं कपडे वाळत घातले होते त्याच्याजवळूनच जनावरं पाण्याला उतरली. सखा पाण्यातनंच ओरडला,

'भाड्या, दिसतंय का न्हाई? तुडवली न्हवं जनावरांनी कापडं?'

त्या पोरानं तोंडातली पिपानी टाकली आणि ते म्हणालं, 'काय सांगतुयास सख्या! तुझी कापडं कुठं आनी जनावरं कुठं!'

सखा सपासप हात मारत काठावर आला. 'टिचभर पोर न्हाईस, आनी मला सांगतुयास?' म्हणत सखानं त्या पोराला गाठलं. दोन मुस्काडातच ते वाळूवर पडलं, ओरडलं. पडल्या पडल्याच म्हणालं, 'तुझ्या आईऽऽ-'

पण शिवी पुरी व्हायच्या आतच सखानं दोन लाथा चढवल्या. ते पोर ठो ठो बोंबललं आणि उठून गावाच्या दिशेनं पळत सुटलं. पाठीमागं न बघता त्यानं मळी गाठली. तिथे उभं राहून रडत ते सखाला शिव्या देऊ लागलं. सखानं हसून त्याच्याकडे बघितलं आणि जरा त्याच्या दिशेनं पावलं टाकल्यासारखं केलं. त्याबरोबर ते पोर पाठ फिरवून जे पळत सुटलं ते दिसेनासं होईपर्यंत थांबलंच नाही. त्या पळणाऱ्या पोराकडे पाहून सखा डोळ्यांत पाणी येईपर्यंत हसला.

सखा वाळत टाकलेल्या कपड्यांकडे गेला. कपडे पापडासारखे वाळले होते. सखानं कपडे गोळा केले. टॉवेलनं अंग पुसून त्यानं कपडे घातले. बाकीचे कपडे टॉवेलात बांधले. सोडलेला लंगोटा पाण्यात खबदळून त्यानं डोक्यावर बांधला. झाडाखालील बिडी, गलोल घेऊन तो गावची वाट चालू लागला. डोक्यावर सूर्य तापत होता आणि डोक्याला बांधलेल्या लंगोट्याची शेपटी त्याची पाठ भिजवत होती.

१९५७

◆

चक्र

दोनप्रहरच्या बारा वाजायच्या सुमारास जत्रा अगदी शिगेला पोहोचली होती. जत्रा माणसांनी फुलली होती. माणसांचा कोलाहल जत्रेवर अखंड नाद धरून राहिला होता. उभ्या केलेल्या दुकानांच्या रांगा माणसांनी भरल्या होत्या. हॉटेलांतल्या फोनोतून निघणाऱ्या चिरक्या आवाजातल्या लावण्या एकमेकांत मिसळत होत्या. कपबश्यांचा, ताटल्यांचा आणि हॉटेलांतल्या पोऱ्यांचा आवाज त्यात भर घालत होता. गाडीअड्डाही भरला होता. जनावरांच्या बाजाराकडून एखाद्या बैलाने दिलेली डरकाळी अधूनमधून जत्रेवर घुमत होती. भीतीने आणि आनंदाने शहारलेल्या माणसांना चक्रे गरगर फिरवीत होती. त्या चक्रांतून एखाद्या भ्यालेल्या स्त्रीचा चीत्कार उठत होता. चक्राच्या तंबूपासून थोड्या अंतरावर पाळणे फिरत होते. पाळण्यात बसलेल्या माणसांना पाहण्यासाठी बघ्यांची गर्दी भोवती जमली होती. लोकांच्या रिंगणात एक गारुडी आपले खेळ करत होता. त्या मोकळ्या जागेत दोन पिवळेधमक नाग वळवळत होते आणि त्या नागांकडे पाहात एक मुंगूस मागे मागे सरकत होते. गारुड्याच्या हातातल्या दोरीचे हिसडे त्याच्या मानेला बसत होते. गारुड्याच्या पुंगीतून निघणारा आवाज लोकांना त्या जागी खेचत होता.

जनावरांचा बाजार बघून बाहेर पडलेला भैरववाडीचा सुबराव आजूबाजूला नजर टाकीत जत्रेतून जात होता. डोक्याचा फेटा काखेत मारलेला, चार खिशांचा खाकी कोट घातलेला सुबराव पानाच्या पिंक्या टाकत, जत्रा न्याहाळत जात होता. एका ठिकाणी थांबून सुबरावने फुटाणे घेतले आणि तोंडातले पान थुंकून त्याने फुटाण्यांचा पक्खा मारला. तोंडापाशीच क्षणभर त्याचा हात घोटाळला. त्याची नजर थबकली.

समोरच्या गर्दीतून एक पोरगी मागेपुढे पाहात जात होती. तिची पिवळीधमक उजळ कांती, घामाने थबथबलेला आणि उन्हाने तांबूस पडलेला चेहरा, तारुण्याने मुसमुसलेले शरीर पाहताच पाटलाचे लक्ष तिच्यावर खिळले. तिचे काळेभोर डोळे कुणाला तरी शोधत होते. तिला पाहताच पाटलाला तिचा चेहरा ओळखीचा

वाटला, पण तिला कुठे पाहिले हे मात्र त्याला आठवेना. तिचा विचार करीत असताना ती गर्दीत केव्हा नाहीशी झाली हे त्याला समजलेदेखील नाही. अचानक पाटलाचा चेहरा आनंदाने फुलला. त्याला शंका उरली नाही. त्याच्या गावच्या गुरवाची तुळशीच होती ती. गेल्या वर्षीच तिचे लग्न झाले होते. तेव्ही ती केवढी तरी चिमुरडी होती. पण वर्षात केवढा फरक पडला होता तिच्यात! पाटलाने आजूबाजूला नजर टाकली तो ती कुठेच दिसली नाही. ती गेलेल्या दिशेने तो जाऊ लागला. लोकांना धक्के देऊन वाट काढत तो पुढे जात होता. तुळशीला हुडकून काढण्यास त्याला फारसे श्रम पडले नाहीत. तिने नेसलेल्या तांबड्या लुगड्यावरून त्याने चटकन् तिला हुडकून काढले. तुळशी दुकानांच्या रांगांतून पुढे जात होती. मोठ्या मुष्किलीने सुबराव तिच्यावर नजर ठेवून तिच्या मागून जात होता. तिच्याजवळ पोहोचताच पाटलाने हाक मारली, 'तुळशी!'

तुळशीने चमकून पाहिले. सुबराव पाटलाला पाहताच तिचा चेहरा क्षणभर पडला, पण दुसऱ्याच क्षणी तिचा चेहरा उजळला. सुबरावने जवळ जाऊन विचारले,

'काय तुळशे, ओळख इसरलीस जणू!'

'न्हाई जी -' तुळशी पदर सावरून म्हणाली.

सुबराव आपल्याशीच हसून म्हणाला, 'पायल्याबरोबर वळखलीच न्हाई तुला. लगनात एवढीसी होतीस तू. वर्सात केवढी फुगलीस? सासर मानवलं जनू!'

तुळशी लाजली. सुबरावने विचारले, 'एकटीच आलीस जत्रंला?'

'न्हाई.'

'मग कोन आलंय संगं! तुझा बाप?'

'न्हाई. घरची आल्यात.'

'जोडीनं आलायसा म्हन की! कुठं हाय तुझा नवरा?'

तुळशी त्या प्रश्नाने घोटाळली व म्हणाली, 'माझी सासू आनि ते देवळात कुठं चुकलं कुनास दखल. कवापास्न हुडकतेय त्येस्नी.'

'म्हंजे? जत्रंत चुकलीस म्हन की!'

त्या शब्दाबरोबर तुळशीच्या डोळ्यांत पाणी उभे राहिले. सुबराव तिच्याजवळ जात म्हणाला, 'खुळी का काय? पूस ते डोळे! जात्यात कुठं? असतील इथंच कुठं तरी. चल, मीबी येतो संगं. काढू त्येस्नी हुडकून.'

त्या शब्दांनी तुळशीला केवढा धीर आला. अगदी देवानेच सुबरावला पाठवले असे तिला वाटले. तिने आपला घामेजलेला चेहरा पदराने टिपला. सुबराव पुढे झाला आणि त्याच्या पाठीमागून तुळशी जाऊ लागली. एका हॉटेलजवळ सुबराव थांबला. तुळशीकडे वळून म्हणाला,

'कवाधरनं जत्रंत फिरत होतीस कुणाला ठावं! भूक लागली असंल तुला. लाजू

नगंस. मी काय परका हाय? जरा खाऊन घे!'

तुळशी काही बोलायच्या आतच सुबराव हॉटेलात शिरला. एका मोकळ्या बाकावर सुबरावपासून काही अंतरावर तुळशी अंग चोरून बसली. तिचा जीव खरोखरच भुकेने कळवळला होता. समोर आलेली बर्फी, भजी काही न बोलता खालच्या मानेने तिने घेतली. पोटात भर पडताच तिला बरे वाटले आणि समाधानाने तिने सुबरावकडे पाहिले. तिच्या नजरेत कृतज्ञता दिसत होती. चहा पिऊन होताच सुबरावने पुढे होऊन बिल भागवले व ती दोघं हॉटेलच्या बाहेर पडली. तुळशीच्या चालण्यात पूर्वीचा अस्वस्थपणा नव्हता.

जाता जाता सुबराव एका कासाराजवळ थांबला आणि त्याने कासाराच्या समोर पसरलेल्या हिरव्या काकणांचा भाव विचारला.

'तीन आणे जोडी,' कासार म्हणाला.

'मग हिच्या हातांत तीन तीन जोड्या घाल.'

'नको जी. हाईत माझी काकनं.'

'ती दिसत्यात मला. मला जास्त सांगू नगंस. मुकाट्यानं बस तिथं.'

कासाराने काकणे चढवताच तुळशी कासाराच्या आणि नंतर सुबरावच्या पाया पडली. थोडे पुढे जाताच सुबराव म्हणाला,

'लगीन होऊन वरीस झालं नाही तंवरच दोन काकनं सुदीक हातांत राहिली न्हाई; आनि म्हनं कशाला काकनं!'

पाठीमागून जाणाऱ्या तुळशीला ते शब्द ऐकून हसू फुटलं. तोंडाला पदर लावून हसत ती मागोमाग जात होती. जाता जाता तिच्या कानांवर टाळांचा खणखणाट पडला. रस्त्याच्या कडेला एक दाढीवाला मुसलमान पत्र्याच्या डब्यावर टाळ बडवत होता. त्या डब्याला लावलेल्या नळकांड्याला डोळे लावून माणसे काहीतरी बघत होती. तो मुसलमान टाळाच्या तालावर ओरडत होता, 'बंबई देखोऽऽ, राणी देखोऽ!' तुळशीचे पाय क्षणभर थबकले. तिच्या गावच्या जत्रेत तिने फक्त पाळणेच बघितले होते. ती थांबलेली पाहताच सुबराव म्हणाला, 'चल, दाखवतो तुला सिनेमा!'

तुळशी लाजली आणि गडबडीने म्हणाली, 'नको जी.'

'नको जी काय! लगीन झाल्याबरोबर मोठं झालो असं वाटतंया का काय तुला? माझी शांती फारतर वर्सानं लहान असंल तुझ्यापेक्षा. बघून घे सिनेमा. तुझी माणसं हुडकून द्यायची जिम्मेदारी माझी.'

पाटील व तुळशी पुढे होताच त्या सिनेमावाल्याने आजूबाजूचे बघे दूर केले व सुबरावकडे पाहून तो म्हणाला,

'आवो पाटीलसाब, देखो.'

तुळशीने बसून एका नळकांड्याला डोळे लावले. तो मनुष्य ओरडू लागला,

'बंबई देखो! ताजमहाल देखो! राणी देक्खो!' त्याच्या शब्दांबरोबर तुळशीला ती चित्रे दिसत होती. प्रत्येक चित्र पाहताना तिला गंमत वाटत होती. तिच्या कानांवर शब्द आले, 'बंदर देखो!' आणि एक मोठे जांभई देणारे माकड तिला दिसले. तिला हसू आवरले नाही आणि ते तिच्या तोंडून बाहेर फुटले. नळकांड्यापासून तिने आपले डोके काढले. जवळच्या नळकांड्याला हात टेकून सुबराव तिच्याकडे पाहात होता. सिनेमा पाहून होताच सुबरावने त्या सिनेमावाल्याच्या हातावर अधेली टिकवली व समाधानाने तो चालू लागला.

सुबराव पाटील म्हणाला, 'चल, आता तुला चक्रावर बसवतो. बघ तरी गंमत.'

'पन माझी मानसं?'

'अरच्च्या! कुठं जात्यात का काय? चल चक्राकडं!'

'नको बा! भ्या वाटतंय मला!'

'त्यात भ्या कसलं? मी हाय न्हवं संगं?'

चक्राच्या तंबूजवळ माणसांची गर्दी जमली होती. चक्र थांबलेलेच होते. चक्राच्या साखळ्यांना घोडे, खुर्च्या लावल्या होत्या. चक्रवाला सुबरावला म्हणाला,

'या पाटील, या! बघा तरी चक्राची गंमत!'

'अरे हट्! चक्रावर बसायला लहान पोर हाय का काय मी? ही बसनार हाय. चल, तुळशे.'

एका घोड्यावर सुबरावने तुळशीला बसवले. लाजेने पदर सावरत, हसत तुळशी दांडीला धरून बसली. काही क्षणांत घोडे ढकलायला माणसांनी सुरुवात केली. घोड्यांचा वेग जसजसा वाढू लागला तसतसे घोडे तंबूबाहेर पडू लागले. घोडे धावत होते. तुळशीचा पदर पडला होता. भीतियुक्त आनंदात दांडीला घट्ट धरून ती बसली होती. तिच्या तोंडातून चीत्कार बाहेर पडत होते. सुबराव तिच्याकडे पाहात हसत उभा होता. चक्र थांबताच सुबरावने तिला उतरून घेतले. तुळशी मनसोक्त हसत होती. तिचे केस विस्कटले होते. पदर ढळला होता आणि तिचे पुष्ट वक्षस्थळ उठून दिसत होते. भानावर येऊन तिने पदर सावरला आणि तिची नजर चुकवीत सुबराव म्हणाला, 'चल तुळशे, तुझ्या माणसांना हुडकून काडायला पायजे.'

दोघे भराभर जत्रेतून जात होती. आजूबाजूला नजर टाकत होती. एके ठिकाणी सुबराव थांबला. एक सोनार दागिने पसरून बसला होता. सुबरावने विचारले, 'काय रे, कसलं हाईत हे?'

'चांदीचे, पाटील, पन वळखायचं सुद्धा नाही हे चांदीचं का सोन्याचं. गिलटही असं केलंय, दहा वर्षं हालणार नाही. हललं तर नाव बदलून ठेवा पाटील—हां'

सुबरावच्या चांगुलपणानं तुळशी दबली होती. ती चटकन् म्हणाली, 'मी सांगून

ठेवते पाटील, मला आता काय सुदीक नको.'

'अरच्या! तुझ्यासाठी कोन घेतंय? आमचीबी बायकापोरं हाईतच की!'

तुळशीचा जीव खाली पडला. सुबराव म्हणाला, 'आमास्नी बायकांच्या दागिन्यांचं कायबी कळत न्हाई. तूच जरा मदत कर. ह्यातलं काय ती कानातलं आणि गळ्यातलं काढ बघू.'

तुळशीनं लक्षपूर्वक बघून त्यातली एक फुलाची जोडी व टीका निवडली आणि ते दागिने ती पाटलाला देऊ लागली. पण त्याचे तिकडे लक्ष नव्हते. तो सोनाराला विचारत होता, 'काय किंमत?'

'फुलाच्या जोडाचे सात आणि टिकेचं साठ द्या.'

'काय आवागलास का काय?'

'माल तरी बगा, पाटील!'

शेवटी घासाघीस करून पन्नास रुपयांवर ती तडजोड झाली. सुबरावने दहाच्या पाच नोटा सोनारासमोर टाकल्या आणि तुळशीला तो म्हणाला, 'चल.'

'हे घ्या की.'

'घाल ते अंगावर! तुझ्यासाठीच घेतल्यात ते!' सुबराव बेफिकीरपणे म्हणाला.

'नको बा!'

'तुळशे! तुझा बाप असता तर त्यानं नसतं का घेतलं? माझ्या गावची तू! वर्सानं आज दिसतीयास. तुझं माहेरपण इथंच केलं असं समज. मी सांगीन तुझ्या नवऱ्याला. घाल ते अंगावर.'

तुळशीचं बालिश मन त्या शब्दांनी भरून आले. आपल्या डोळ्यांतले पाणी लपवत तिने ते दागिने अंगावर चढवले. जाता जाता पाटलाने एक साखरेचा घोडा तुळशीच्या हातात दिला. तो घोडा घेताना तुळशी मनमोकळेपणाने हसली. जत्रेबाहेर येताच सुबराव म्हणाला,

'तुळशे, दमलो बघ! कुठं हाईत तुझी माणसं कुणास ठावं. आता असं करू या. कुठं तरी जरा निवांतपणानं दम खाऊ या. आता ह्या गर्दीत हुडकायचं जमायचं न्हाई. जरा जत्रा फुटली की मग बघू. तेबी तुला हुडकत असतीलच की!'

'व्हय.' तुळशी म्हणाली. तिचे पाय थकले होते. सुबराव जत्रेच्या बाहेर असलेल्या टेकडीच्या दिशेने चालू लागला. तुळशी मागोमाग जात होती. टेकडीवरच्या झाडाखाली उभे राहून सुबराव म्हणाला,

'बघ तुळशे, जत्रा कशी समींदरागत दिसतीया ती.'

तुळशीने पाहिले. सबंध जत्रा तेथून दिसत होती. जत्रेचा अस्पष्ट आवाज तिथे येत होता. सावलीत सुबराव बसताच तुळशी जरा अंतरावर बसली. आता जत्रा दिसत नव्हती. फक्त ती दोघेच त्या झाडीत होती. पाटलाने आपला कोट काढला

आणि तुळशीजवळ सरकून तो घोगऱ्या आवाजात म्हणाला,

'तुळशे!'

त्या आवाजातला बदल तुळशीला जाणवला. तिने चमकून पाहिले, तो सुबरावचे डोळे तिच्यावर रोखलेले होते. सुबरावची नजर निराळीच वाटत होती. तुळशीचा जीव त्याने झरझरला. तिने खाली मान घातली. सुबराव जवळ सरकला आणि तुळशीला त्याने जवळ ओढले. तुळशीच्या हातातले एक कांकण हातावरच पिचले. भीतीने तिच्या तोंडून चीत्कार बाहेर पडला. त्याच वेळी सुबरावचा हात तिच्या छातीवर पडला. तुळशीचे भान हरपले. तिने डोळे मिटून घेतले आणि सर्व बळ गोळा करून ती म्हणाली, 'सोडा! सोडा मला!'

पण ते शब्द तिच्या तोंडून बाहेर पडू शकले नाहीत. तिच्या साऱ्या गात्रांतले अवसान नाहीसे झाले होते. वाघाला अचानक पाहताच शेळीची जी स्थिती होते तीच तिची झाली होती. दुरून येणारा जत्रेचा आवाज लाखो मधमाश्या घोंघाव्यात तसा तिच्या कानांत शिरत होता. तिच्या तोंडून नुसता हुंदका फुटला.

थोड्या वेळानं सुबराव दूर होत तिच्याकडे न पाहताच म्हणाला, 'रडायला काय झालं? खाल्लं का काय तुला! जरा पडतो आता. मग हुडकू तुझ्या मानसास्नी.'

तुळशी गुढग्यात मान घालून नुसती मुसमुसत होती.

सुबराव जागा झाला तेव्हा त्याने हाक मारली, 'तुळशे.' पण त्याला उत्तर आले नाही. त्याने आजूबाजूला पाहिले तो तुळशीचा पत्ता नव्हता. कपाळाला आठ्या घालत तो पुटपुटला, 'च्यायला! बायकांची जातच हलकट!'

त्याने आपला कोट अंगावर चढवला. गडबडीने आतल्या खिशात त्याने हात घातला. पैशाचं पाकीट हाताला लागताच त्याच्या चेहऱ्यावर समाधान पसरले. बाहेरच्या खिशात हात घालून तो चालायला लागणार तोच तो थांबला. खिशातून त्याने हात बाहेर काढला. त्याच्या मुठीत काकणे, फुले, टीका व फुटलेला साखरेचा घोडा आला. घोडा फेकून देऊन त्याने बाकीच्या वस्तू खिशात कोंबल्या. पडलेल्या घोड्याजवळ गवतात पिचलेले काकण संध्याकाळच्या किरणांत चमकत होते.

झोपेने सुबराव आळसावला होता. तोंड धुण्यासाठी जत्रेबाहेरच्या विहिरीकडे तो वळला. तिथे त्याला ती गर्दी दिसली. त्यातून वाट काढीत विहिरीच्या काठावर जाऊन तो आत डोकावला. पाण्याजवळच्या पायरीवर तुळशीचे ओलेचिंब निष्प्राण शरीर पडले होते. तिच्या लांब केसांतून पाणी ठिबकत होते. आजूबाजूची माणसे चुकचुकत होती.

सुबरावने एकाला विचारले, 'काय झालं?'

'कोन बाई पाय घसरून पडली. बायकांची जातच थिरथिरी. आवाज ऐकून

एकाला संशय आला म्हणून बरं, न्हाईतर तीन दिवस पत्तासुदीक लागला नसता.'

'खरं हाय.' म्हणत सुबराव तेथून बाहेर पडला.

त्या रात्री आपल्या खोलीत सुबराव आपल्या बायकोची वाट पाहात होता. त्याची बायको लक्ष्मी जेव्हा आत आली, तेव्हा सुबराव म्हणाला, 'किती वाट बघायची आमी?'

लक्ष्मीला त्या आवाजातल्या सुराने आश्चर्य वाटले. किती तरी वर्षांनी ती तो आवाज ऐकत होती. तिने तांब्या कोपऱ्यात ठेवला. सुबराव उठून म्हणाला, 'इकडं ये.'

लक्ष्मी जवळ जाताच तिला अंथरुणावर बसवत तो म्हणाला, 'हे बघ काय आणलंय ते!'

सुबरावच्या हातातली टीका व फूल बघून लक्ष्मीचा विश्वास बसेना. ती म्हणाली, 'माझ्यासाठी?'

'नाई तर कुणासाठी? दोन बायका केल्या न्हाईत मी.'

लक्ष्मी त्याने लाजली. त्याच्या हातातले दागिने घेताना तिचे अंत:करण आनंदाने फुलले. आजवरची सारी वर्षे ती एकदम विसरली. लग्नानंतर पहिल्यांदाच सुबरावने ते दागिने घरात आणले होते.

सुबराव म्हणाला, 'सोन्याचं पाणी हाय नुसतं बरं.'

लक्ष्मी सुबरावला म्हणाली, 'नसंनात सोन्याचं! हेच हाईत मला लाख मोलाचं!'

'खरं?' तिच्या डोळ्यांना डोळा भिडवत सुबरावने विचारले.

लक्ष्मी लाजली, सुबराव किंचित पुढे सरकला आणि त्याने लक्ष्मीचा हात धरला. लक्ष्मीचे सारे अंग त्या स्पर्शाने शिरशिरून गेले. गडबडीने हात सोडवून घेत ती म्हणाली, 'थांबा.'

आणि क्षणात तिने उशाचा कंदील मालवला.

१९५४

◆

गळ

·❋·

पाऊस थांबला तसा केरबा उठला. रस्त्यावरचा चिखल बघून त्याचे मन बाहेर पडायला तयार होत नव्हते. सकाळपासून घरात बसून तो कंटाळला होता. काय करावे हेच त्याला समजत नव्हते. वारंवार त्याचे लक्ष कोपऱ्यातल्या गळछडीकडे जात होते. त्याने सारे विचार झटकले आणि कोपऱ्यातली गळछडी उचलून, इरले घेऊन तो घराबाहेर पडला.

वेशीत पाणी चढत होते. नदीच्या पात्राचे पाणी नजर टाकावी तिकडे शिवारांत पसरले होते. नदीकडेच्या बच्च्यांच्या झाडांचे शेंडे नदीचे पात्र दाखवीत होते. तांबडेभोर पाणी वेगाने धावत होते. गावची पोरे नदीकाठाला जमली होती. पूर बघत होती. पण केरबा तेथे थांबला नाही. तो सरळ नदीकाठाने चिखल तुडवत चालू लागला. भरपूर दानवे आणि एक-दोन बेडक्या घेऊन तो पुटपुटत जात होता. 'ह्यो म्हातारा मेला काय की! दररोज मासं मारनारा ह्यो, आनि आजच कुठं गेला?'

टेंबावर येताच केरबा थांबला. त्याने नदीकाठावरून नजर टाकली. सारे आकाश ढगाळले होते. नदीच्या पात्राची रुंदी पाहून त्याच्या मनात धडकी भरली. केरबाची नजर एका ठिकाणी स्थिर झाली. चांभारवाड्याच्या...खाली, एका जागी एक म्हातारा इरले घेऊन बसलेला होता. म्हाताऱ्या कृष्णाला केरबाने तेव्हाच ओळखले आणि पायाखालच्या चिखलाची पर्वा न करता तो भरभर पावले टाकू लागला.

म्हातारा कृष्णा गळ पाण्यात टाकून बगळ्यासारखा एकटक पाण्यावर हेलकावे घेणाऱ्या भेंडाकडे बघत होता. केरबा नजीक गेला तरी कृष्णाचे लक्ष त्याच्याकडे गेले नाही. कृष्णापासून थोड्या अंतरावर एक दगड बघून केरबाने बैठक मारली. भोपळ्याच्या पानातून गुंडाळून आणलेले काडू त्याने बाहेर काढले आणि एक काडू गळाला लावून तो पचकन् थुंकला. गळ पाण्यात फेकला. पण तसे करताना केरबाचे लक्ष गळाकडे बिलकुल नव्हते. गळ झोतीला लागला होता. पाण्यावर तरंगत असलेले भेंड त्या झोतीबरोबर हेलकावे घेत होतं. अचानक कृष्णाचे लक्ष केरबाकडे गेले. तो म्हणाला,

'कवा आलेस पोरा?'

'आत्ता हेच!'

'म्या बगीटलंबी न्हाई की तुला.'

केरबा नुसता हसला. म्हातारा कृष्णा म्हणाला, 'बरं झालं तू आलेस ते. आज लाईन हाय बग.'

'कसली लाईन?' केरबाने विचारले.

'माशाची—पानी चढतंय दिसत न्हाई काय? अरं बगतोस काय माझ्याकडं? मार झटका मार–'

केरबाने दचकून गळाकडे पाहिले, भेटं पार बुडाले होते. दोरीला ताण लागला होता. म्हातारा परत ओरडला,

'अरं मार मार-'

केरबाने झटका दिला. गळाला लावलेला काडू पांढरा पडला होता. माशाने तो अर्धाअधिक खाल्ला होता.

'थुत् लेका!' कृष्णा म्हणाला, 'असं मासं धरनार व्हय तू?'

म्हातारा आपल्या गळाकडे परत बघू लागला. केरबाने दुसरा काडू लावला आणि गळ पाण्यात फेकला. पण त्याचे लक्ष गळावरून उडाले होते. म्हाताऱ्याकडे तो बघत होता. त्याने विचारले,

'किस्नामा, किती गावलं मासं?'

'दोन गोजळा गावल्या, पन खरी लाईन हेच्या फुडंच हाय. न्हाईतर अगदी येरवाळी तरी येऊंस पायजे व्हतं.'

'मग आज येळ केलेस तू?'

'व्हय.'

'का गा?'

'तुळशीनं जरा आजारीपन काडलीनाव.'

'आजारीपन?' दचकून केरबानं विचारलं, 'काय व्हतंय गा?'

'काय होयाचं? मी नगं म्हंतानं चिकला-राडीचं शेताकडं जाती. कल जरा शेताकडनं भिजून आली.'

'जास्त काय न्हाई न्हवं?'

म्हातारा काही बोलला नाही. त्याने गळ पाण्यातू काढला. दुसरा काडू लावला. केरबाचे लक्ष आपल्या गळाच्या भेंडाकडे वळले. भेंड वर खाली होत होते. एकदम त्याने झटका दिला. हिसक्यासरशी एक खवली चिडचिडत बाहेर आली आणि पाठीमागच्या गवतावर पडली. केरबाने खवली सोडवून बटव्यात टाकली. गळाला दुसरा काडू लावून गळ पाण्यात फेकला आणि म्हाताऱ्याकडे पाहिले. म्हाताऱ्याचे

लक्ष त्याच्याकडेच होते. तो म्हणाला,

'आल्याबरोबर साधलेस बग. मी कवा आलोय खरं, दोन गोजळाबिगार कायबी गावूस न्हाई.'

'पन खवली ती खवली; आनी गोजळ ती गोजळ!' केरबा हसत म्हणाला.

म्हातारा काही बोलला नाही. त्याचे लक्ष गळावर होते. केरबाने आपले लक्ष आपल्या गळाकडे वळवले. त्याच वेळी सप्... असा आवाज त्याच्या कानांवर पडला. केरबाने दचकून पाहिले. कृष्णाच्या गळाबरोबर बाहेर आलेल्या गोजळाकडे त्याचे लक्ष गेले. केरबा म्हणाला,

'बघ म्हाताऱ्या—'

'कामावर चित्त असल्यावर तुलाबी सापडंल.'

'म्हंजे?'

'म्हंजे काय लेका?'

'किस्नामा, तसं काही समजू नगंस तू. तसा कामाला लागलो तर धा गड्यास्नी ऐकनारा न्हाई म्या.'

'असल असल!'

'असल न्हाई किस्नामा! खोटं कशास सांगू? बेळगावास व्हतो तवाचं सांगतो तुला. आमी पाच जनं गडी व्हतांव. एकदा पाच जनांची पैज पडली. पाच जनांचं काम एकट्यानं करायचं एक दिवस...'

'मंग?'

'मंग काय? मटनाचं जेवन मिळवलो की म्या—'

म्हातारा हसला. तसा केरबा अस्वस्थ झाला. कृष्णाकडे बघत तो म्हणाला,

'किस्नामा, खोटं वाटतंय तुला?'

'हॅ!' म्हणत म्हाताऱ्याने झटकन् गळ उचलला. गळाला लागलेल्या गोजळेकडे पाहात केरबा म्हणाला—

'आज गोजळांची खान लागल बग तुला.'

पण म्हाताऱ्याचे त्याच्याकडे लक्षही नव्हते. केरबा आपल्या गळछडीकडे वळला. गळाला लावलेला काडू संपला होता. त्याने पान उलगडले. पण पानात मातीखेरीज काही नव्हते. त्याने आजूबाजूला पाहिले. तीन काडू त्याला सापडले. काही न बोलता त्याने गळाला काडू लावला आणि पाण्यात फेकला. बऱ्याच वेळाने म्हातारा म्हणाला,

'बेळगावचं का सोडलंस?'

'आता का? माणसं का धड असत्यात? त्यात आनी ती बेळगावची मानसं. त्या बेळगावात कसं दीस काढलं ते माझं मला म्हाईत. ज्या हॉटेलात व्हतो की न्हाई

तेचा मालक लई डांबरट. मंगळवारी सुटी का न्हाई? तर त्या दिवसालाबी त्यो आमास घरी काम लावायचा. साबनाला कधी पैसा देयाचा न्हाई. जेऊस येळंवर घालायचा न्हाई, का निजोस येळंवर जावा म्हनायचा न्हाई. त्यातनंबी ऱ्हायलो खरं. च्याऽयला तेनं माज्यावर चोरी घाटल्यान्! आता तूच सांग किस्ना, न्हानपनापासून तू मला वळखतोस. कंदी कुनाच्या काडीला म्या हात लावलोय?'

'छा!'

'आनी म्हनं म्या त्येच्या कपबश्या इकून खाल्लो!'

'अरे बग-' म्हातारा एकदम म्हणाला.

केरबाने चमकून पाहिले. भेंड पाण्यात बुडाले होते. केरबाने झटकन् गळ उचला. त्या रिकाम्या गळाकडे तो पाहात राहिला. केरबाने म्हाताऱ्याकडे पाहिले. म्हातारा आपल्या गळाकडे पाहात होता. भेंड अर्धेअधिक पाण्यात बुडाले होते. केरबा गडबडीने म्हणाला,

'अगा उचल.'

'काय उचल लेका, त्यो काय मासा व्हय रे? भोवऱ्यात सापडलाय गळ त्यो. पोरा, गळाला मासा लागनं काय सोपी गोष्ट न्हाई.'

पश्चिमेकडून येणारा गार वारा तोंडावर बडवत होता. त्याच वेळी बारीक पाऊस पडायला सुरुवात झाली. म्हाताऱ्याने इरले सारखे केले. केरबाने एकदा म्हाताऱ्याकडे पाहिले आणि तो म्हणाला,

'चल म्हाताऱ्या, जाऊया आता गावाकडं. झक मारलं ते मासं.'

'श्यानाच दिसतोस! मग आलास तरी कशाला? अरं, आता तरी माशाची लाईन. लई झालंत जा उठून तू-'

केरबा म्हणाला, 'छा! माजी काय घात ठेवलीया व्हय गावात? जाऊ दोघं मिळून.' शक्य तेवढे इरल्यामध्ये अंग घेऊन केरबा गळाकडे पाहू लागला. त्याला काय बोलावे हेच सुचत नव्हते; त्याच वेळेस म्हाताऱ्याला खोकल्याची ढास लागली. त्याच्या डोळ्यांत पाणी आले. थरथरत्या हातांतून काठी खाली पडली. केरबा त्याच्याकडे पाहात होता. खोकला थांबताच म्हाताऱ्याने डोळ्यांतले पाणी पुसले. केरबा म्हणाला,

'किस्नामा, खोक हाय तुला?'

'आनी न्हवता कंदी?'

'बाकी दोन वर्सांत लई थकलास तू किस्नामा! म्हातारपनात आता तुला झेपतंय हे सगळं?'

'काय झेपल रं? जीवमान हाय तंवर करतुया. फुडचं फुडं. बाकी माजी पोरगी म्हंजे पोराला मागं सारल. मला कायबी कराय देत न्हाई.'

पावसाची भुरभूर चाललीच होती. केरबा म्हणाला, 'ते खरंच. खरं, किती केलं तरी पोरगी ती पोरगीच.'

'हां, हे खरंच.'

त्याच वेळी म्हाताऱ्याचे गळावरचे लक्ष उडाले. तो नदीच्या वरच्या बाजूला बघू लागला. बारीक पाऊस पडत होता. कपाळावर हात घेऊन तो पाहात होता. केरबाने वर पाहिले. पण तांबड्याभोर पाण्याखेरीज काही दिसत नव्हते. तो म्हणाला,

'किस्नामा—काय गा?'

कृष्णा म्हणाला, 'ऊठ.'

केरबा नकळत उठला. तोच म्हातारा म्हणाला, 'गडबडीनं अंगी काढ.'

'पन का गा?'

तशा थंडीवाऱ्याचे, पाऊस पडत असताना हा म्हातारा कपडे काढायला का सांगतो हे केरबाला समजेना. म्हातारा मात्र वर पात्राकडे बघत होता. म्हातारा म्हणाला,

'पोरा, जंगी झाड हाय बघ. येऽऽ लागलंच वरतं......येशीतली झोपली का पोरं?'

'झाड?' केरबाने वर पाहिले. पात्रामधून काही तरी काळे वेगाने येत होते. फेसाळणाऱ्या पाण्याबरोबर हेलकावे घेणारे ते झाड हळूहळू स्पष्ट होऊ लागले. म्हातारा केरबाकडे पाहात होता. केरबा त्याची नजर चुकवून गप उभा होता. हळूहळू ते झाड स्पष्ट होत होत अगदी समोर आले आणि तसेच वेगाने पुढच्या वळणावर दिसेनासे झाले. म्हाताऱ्याने उसासा सोडला आणि त्याने आपली नजर गळाकडे वळवली. केरबाला अवघडल्यासारखे झाले होते. तो म्हणाला,

'झाड मातूर जंगी व्हतं बग.'

'मग का न्हाई धरलंस?'

'एकट्याचं काम नव्हं ते.'

'व्हय, तेबी खरंच.'

'बाकी कायबी म्हन किस्नामा, तुझ्यासारखा म्हातारा गावात मिळायचा न्हाई बग.'

'ते रं का?'

'न्हाई तर काय खोटं हाय? साऱ्या गावात तुझ्या वयाचा म्हातारा दाखव बगू? एक तर घराभाईर पडतोय काय?'

'अरं, मला काय हाऊस हाय? मी भाईर पडलो न्हाई तर कोन करल माजं? पोटासाठी काय तरी धडपड करूसच पायजे. आता पोटाला पोरगा असता तर गोष्ट येगळी. हाय त्या जमिनीवर माजं आनी पोरीचं पोट कसं भरनार?'

‘तेच म्हंतोय म्या.’

‘काय?’

‘सोडून दे आता सगळं. हे दिस देवधरम करायचे, इश्रांती घेयाची. केलंस की मस्त आता.’

‘आनी माज्या घरातलं कोन करंल?’

‘का? आम्ही हाय की?’

‘व्हय!’

‘का?’

‘नोकरीवर जात न्हाईस?’

‘कुटली नोकरी आनी कुटलं काय? न्हाई त्येंच्यासाठी मरायचं आनी दुसऱ्याचं खिसं भरायचं, कुनी सांगिटलंय ते? अजून तुमच्यासारख्यांची शेवा केली तर फुडं उपेग तरी व्हईल.’

‘कसला?’

‘किस्नामा, खरं सांगू काय?’

‘सांग की.’

‘तूच सांग की किस्नामा, कोन हाय माजं? कशावर जगावं म्या? पदरात जमीन न्हाई, कोन मदतबी करूस तयार न्हाई.’

‘असं काय म्हंतोस लेका! आमी न्हाई काय?’

केरबा हरखला. तो खूष होऊन म्हणाला,

‘आता तेवढंच हाय बघ किस्नामा-’

‘काय सांग की—’ छडी उचलत म्हाताऱ्याने विचारले.

‘तू मला पदरात घेटलंस तरच जगन बग मी.’ एका दमात केरबा बोलून गेला.

म्हाताऱ्याने एकदम केरबाकडे पाहिले. त्याने छडी गुंडाळली. खाली मान घालून बसलेल्या केरबाची नजर त्याच्याकडे वळताच तो कडाडला,

‘उंडग्या लेका, काय येतंय रं तुला? मग येवडं मोठं झाड पान्याच्या झोतीस जात व्हतं. धाड मारील व्हती तुला आडवायला? कामाचा तरनाताटा गडी तू. शिवारात चिखलहुटाची घाई. गावात मानसाला मानूस मिळंना झालंय, आनी तू काम करायला नगं म्हनून मासं धरायला आलेस. माझी पोरगी जड न्हाई मला. आनी जड झालीच तर पोरीच्या गळ्यात हातानं धोंडा अडकवून ह्या भरल्या पुरात ढकलून दीन तिला.’

आणि बोलता बोलता म्हातारा उठला. त्याने छडी खांद्यावर टाकली. माशांचा बटवा घेतला आणि एकदाही मागे वळून न पाहता तो चालू लागला.

केरबाने खालच्या मानेनेच त्याच्या पाठमोऱ्या आकृतीकडे पाहिले. म्हातारा झपझप पावले उचलत होता. त्याच्या हातातली बटवा हलत होता. केरबाने दीर्घ

उसासा सोडला आणि त्याने आपली नजर वळवली.

...भेंड पाण्यात शिरले होते. झोतीच्या ओढीने दोरा ताणला होता. नकळत केरबाने तो गळ उचलण्याचा प्रयत्न केला, पण गळ कशात तरी अडकला होता. केरबाने जोराने हिसका मारला. पण त्या हिसक्याबरोबर दोरा मधूनच तुटला. छडीला लोंबकळत असलेला तो वीतभर दोरा हलत होता. केरबा त्या दोऱ्याकडे पाहात होता.

◆